மனமே கோவில்

ஜோதிடர் யோகி ஜெயப்பிரகாஷ்

சத்யா

Title
Manamey Kovil
Jothidar Yogi Jayaprakash

ISBN : 978-93-6666-834-5
Title Code : Sathyaa - 140

நூல் தலைப்பு
மனமே கோவில்

நூல் ஆசிரியர்
ஜோதிடர் யோகி ஜெயப்பிரகாஷ்

முதற்பதிப்பு
மார்ச் 2025

விலை : ₹ 130

பக்கம் : 100

Printed in India

Published by

Sathyaa Enterprises
No.134, First Floor,
Choolaimedu high road, Choolaimedu,
Chennai - 600 094.
044 - 4507 4203

Email
sathyaabooks@gmail.com

உள்ளே...

1.	ஜோதிடமும் – மனமும்	4
2.	ஆன்மீகமும் – மனமும்	23
3.	சூழ்நிலைகளும் – மனமும்	71
4.	அறிவியலும் – மனமும்	81

1. ஜோதிடமும் - மனமும்

அன்பு நிறைந்த மனங்களே இந்த பகுதியில் நம் சமூகத்தின் ஆனிவேராக வேரூன்றி நிற்கும் ஜோதிடத்தின் பக்கம் நின்று மனம் என்ன பங்காற்றும் மனித வாழ்வினில் என்பதை நாம் பார்க்கவுள்ளோம். இந்நூலை வாசிக்கும் தாம் ஒருவேளை ஜோதிட நம்பிக்கையுள்ளவராக இருந்தால் மகிழ்ச்சி. ஆனால் இத்துறை மீது நம்பிக்கை இல்லாதவர் எனில் இப்புத்தகத்தின் குறிப்பிட்ட இந்த பிரிவை வாசிக்க வாய் தயாரானாலும் மனம் முழுமையாக ஒத்துழைப்பு நல்காமல் சற்று மெத்தன போக்குடன் புத்தக வாசிப்பின் ஈடுபாட்டு ஓட்டத்திலிருந்து சற்று விலகிய வண்ணமே நிற்கும். ஆனால் அன்பு மனமே தயக்கம் வேண்டாம். ஆகச்சிறந்த பொருள் பொதிந்த தகவல்கள் இப்பகுதியில் நாம் காணப் போகிறோம். ஆகையால் அன்பு மனமே விழித்த நிலையில் இப்புத்தக வாசிப்பை தொடர்ந்து செய் மாற்றம் நிச்சயம் உண்டு என்பதில் மாற்றமில்லை.

ஜோதிடம் எனும் சமஸ்கிருத வார்த்தையின் (ஜோதிஷம்) பொருள் இறை ஒளியியல், மனிதனின் தெரியாத எதிர்கால பலன்களை

பிரபஞ்ச உதவியுடன் எடுத்து கூறி வழிகாட்டுவது என்பதாகும். ஜோதிடம் பற்றிய சில தகவல்களை நாம் இப்பகுதியில் தெரிந்து கொள்ள வேண்டியது அவசியமாகிறது. அப்போதுதான் மனதின் நிலைப்பாடு எப்படிப்பட்ட மகத்துவம் பெற்றது என்பதை நாம் உணர முடியும். ஜோதிடம் எனும் துறையானது ஏதோ ஒன்றை மட்டும் வைத்து பலன் கூறும் தளம் அல்ல. ஜோதிடத்தை பல பகுதி களாக பிரிப்பார்கள். பிறப்பு குறிப்புகளை வைத்து பிறந்த நேரத்தில் உள்ள வான் மண்டல கிரக நிலைகளை ஜாதக கட்டத்தில் நிரப்பி அதன் மூலம் குறிப்பிட்ட ஒவ்வொரு காலகட்டத்திலும் மனித வாழ்வின் ஏற்ற - இறக்க நகர்வை கணித்து கூறும் ஒரு முறையாகும். இம்முறையிலேயே ஜாதகம் எனும் குறிப்பேடு நமக்கு குறிக்கப் பட்டு நாம் பலன்களை ஜோதிடரிடம் தெரிந்து அதன் வழி நடக்கிறோம்.

இன்னொரு முறையான பிறந்த குறிப்புகள் இல்லாதவர்களுக்கு பலன் பார்க்கும் விதமாக பிரசன்னம் என்னும் ஒரு முறை உள்ளது. அதாவது பிரசன்னம் என்றால் தோன்றுதல் / உதித்தல் என்று பொருள். ஏதோ ஒரு கேள்வி / சந்தேகம் மனதில் உதிக்கும் போது அதற்கான பதிலை அப்போதைய வான் மண்டல கிரகநிலைகள் நமக்கு சரி / தவறு (அ) நடக்கும் / நடக்காது (அ) செய்யலாம் / செய்யக்கூடாது... என பல பதில்களை தரும். இந்த பிரசன்ன முறை

யிலும் பல வகைகள் உண்டு. அதே போல் நமக்கு மனதில் ஏதாவது சந்தேகம் தோன்றும்போதோ அல்லது நம்மிடம் யாராவது ஏதேனும் கேள்வி எழுப்பும் போதோ நாம் அமைதியாக நம்மை சுற்றியுள்ள சூழலை உற்று நோக்கினால் போதுமானது. அந்த சூழலையே கொண்டு நம் கேள்விக்கு விடை காணலாம். இது ஏதோ சிரிப்பது போல் தோன்றினாலும் மிகவும் உண்மையான ஒன்றாகும். இதற்கு சகுன சாஸ்திரம் என்று பெயர். இது போல பல வகையான ஜோதிட முறைகள் நம் புவியில் உள்ளது. அனைத்திலும் நாம் பலன்களை காண முடியும். இந்த பிரபஞ்சம் நமக்கு பதில கூறிக்கொண்டே இருக்கும். ஒரு சில மனங்களுக்கு தற்போது சந்தேகம் எழும். அது எப்படி நம் சூழல், நம்மை சுற்றி நடக்கும் சகுனங்கள் (நிகழ்வு) நமக்கும் நம் கேள்விக்கும் விடை கொடுக்கும் என்று.

இது இயல்பான ஒன்றுதான், சகுனங்கள் எப்போதும் ஒளிவு மறைவு இன்றி அனைவருக்கும் அவர்களின் மன எண்ணங்களுக்கு ஏற்படும் சந்தேகங்களுக்கு பதிலை கொடுத்துக் கொண்டுதான் இருக்கிறது. அதை நாம் அனைவரும் புரிந்து கண்டு கொள்கிறோமா என்றால் நிச்சயம் இல்லை. ஜோதிடர்களிலும் பலருக்கு இது எட்டாகனியே. பிரசன்னம் பார்ப்பவர்கள், சாமியாடிகள், ஆன்மீக உயர்நிலையில் இருப்பவர்கள் இதை உணர்ந்து கொள்ள முடியும். இதற்கு பிரபஞ்சத்துடன் பழகும் இயல்பும், உள்ளுணர்வை புரிந்து செயல்படும் பக்குவமும் வேண்டும் என்றே சொல்லலாம். இதற்கு உதாரணமாக என் குருமார்கள் இருவரின் அனுபவம் பற்றி இங்கு குறிப்பிடுகிறேன், இது பிரபஞ்சம் நம் கேள்விக்கு எப்படி பதில் சொல்லும் என்பதை உணர பயன்படும்.

1 - குருநாதர் திருப்பூர் ஜிகே ஐயா :

ஒரு முறை ஐயாவை ஒரு பொது வெளியில் சந்தித்து ஜோதிடத்தை சற்று ஏளனமாக பார்க்கும் நபர் ஒருவர், நீங்கள் தான் ஜோதிடத்தில் பெரிய ஆள் ஆச்சே. முடிந்தால் என் உடன் பிறந்தவர்கள் எத்தனைப் பேர் என்று சரியாக சொல்லுங்கள் பார்க்கலாம் என்று கேட்க, அப்போது ஐயா அமைதி காக்க உடனே, அங்கிருந்த ஒருவரின்

கைபேசிக்கு அழைப்பு வருகிறது. அதில் காலர் டியூன் எனப்படும் அழைப்பு விசையாக அன்னியன் (விக்ரம் நடித்தது) படத்தில் இடம் பெற்ற ஒரு பாடல் வருகிறது. அதுதான் "அண்டங்காக்கா கொண்ட காரி ரண்டக்க, ரண்டக்க" இதை சகுனமாக ஏற்று ஜி.கே ஐயா அந்த நபரிடம் உனக்கு இரண்டு அக்காவா என கேட்க, அந்த நபர் வியந்து போனார். காரணம் அவருக்கு உடன் பிறந்தவர்கள் உண்மையாகவே இரண்டு அக்காதான். அவருக்கு அடுத்த ஆச்சரியமும் காத்திருந்தது. அவர் ஆமாம் என்று கூற, ஜி.கே ஐயா அந்த நபர் அணிந்திருந்த ஆடையை பார்க்கிறார். அவரின் டீ-சர்ட்டில் நெருப்பு சுவாலையும் அதில் ஒரு பெண்ணின் உருவமும் போட்டு "Five Me' என வார்த்தை இருந்தது. அதை குறிப்பாக எடுத்து கொண்டு அந்த நபரிடம் - அதில் ஒரு அக்கா தீ விபத்தில் ஏதும் இறந்து விட்டாரா என கேட்க, அந்த நபர் அதிர்ந்து வியந்து நின்றார். காரணம் அவரின் மூத்த அக்கா தீ விபத்தில்தான் இறந்தார்.

2 - மானசீக குருநாதர் சித்தயோகி சிவதாசன் ஐயா :

ஒரு முறை ஐயா ஒரு பெரிய மனிதர் வீட்டுக்கு ஜாதகம் பார்க்க சென்றிருந்தார். ஐயாவை முதலில் சாப்பிட சொல்லி உபசரித்து பின் பலன் பார்க்க நகர்த்தினர். ஐயா நாற்காலியில் அமர்ந்து ஜாதகத்தை கேட்க மேசையின் மீது உள்ளது என்றனர். ஐயா ஜாதகத்தை

பார்க்கிறார். பிறந்த போது எழுதியது போல சற்று மேலட்டை கிழிந்து இருந்தது. அது காற்றில் பறக்காமல் இருக்க கத்தரிக்கோலை அதன் மேல் வைத்திருந்தனர். இதை ஐயா பார்த்தவுடன் உள்ளுணர்வில் ஜாதகமும் கிழிந்து செவ்வாயை குறிக்கும் கத்தரியும் உள்ளதே என எண்ணி அவர்களை நோக்கி இந்த ஜாகதர் ஏதாவது நோய்வாய்ப்பட்டுள்ளாரா அல்லது ஏதாவது விபத்தாகி அடிப் பட்டுள்ளதா என கேட்க, அவர்கள் ஆமாம் நேற்று முன்தினம் தான் மருத்துவமனையில் இருந்து வந்தோம். அவருக்கு பைக் விபத்து ஆகியது என்றனர். இதே போல் ஐயா அவர்கள் இன்னொரு இடத்திலும் ஏதோ தன் வேலையை முடித்து விட்டு களைப்பாற நடைபயிற்சி செய்து கொண்டு இருந்தப்போ அவருக்கு தெரிந்த ஒருவர் (சென்னையில்) அவரின் மாமனார் உடல்நலக் குறைவால் சற்று மோசமான உடல் நிலையுடன் மருத்துவமனையில் சேர்க்கப் பட்டதாக கூறி, அவருக்கு குணமாகி வீடு திரும்பி வந்திடுவாரா என கேட்க, அதே சமயம் அங்கு வானில் விமானம் ஒன்று (டேக் அப்) மேலெழும் சத்தம் கேட்க உடனே ஐயா, அவரிடம் தங்கள் மாமனார் தவறிவிட்டார் என கூற சற்று நேரத்திலேயே அவருக்கு அலைபேசியில் மாமனாரின் இறப்பு செய்தி வருகின்றது.

மனங்களே இப்போது நன்றாக கூர்ந்து கவனியுங்கள். மூன்று நிகழ்விலும் பதிலை பிரபஞ்சம் நம்மை சுற்றி தருகிறது என்பதை உணர வேண்டும். ஆக நம் மனம் பிரபஞ்சத்துடன் ஒன்றி இருக்கை யில் நம் தேவைகள், சந்தேகங்கள், கேள்வி என அனைத்திற்கும் மிக துல்லியமான விடையை தரும். ஆக மன ஒன்றுதல் இயற்கையுடன் அவசியமானது என்பதை உணர்ந்திட வேண்டும். ஆக ஜோதிடத் தால் எதிர்காலத்தை கணிக்க முடியும் என்பதில் எம்மாற்றமும் இல்லை. ஜோதிடர்கள் தவறாகலாம் - ஜோதிடம் தவறாகாது. ஆக அன்பு நண்பர்களே தற்பொழுது ஜோதிடத்தின் அடிநாதம் மனமே என்பதை நாம் உணர வேண்டும் என்றால் ஜோதிடம் எவ்வாறு உருவாகிறது, அது எவ்வாறு நம்மை ஆளுமை செய்கிறது என்பதை உணர வேண்டும். ஆக இனி இப்பகுதியில் ஜோதிடம் மனித எதிர்காலத்தை எப்படி உருவாக்குகிறது என்ன முக்கியத்துவம், எப்படி நம்மை ஆளுமை செய்கிறது என்பதனை விரிவாக தற்போது பேசலாம்.

ஜாதகம் என்பது என்ன என்றால் அன்பு மனங்களே ஒரு குழந்தை பிறந்த தேதி, நேரத்தில் வான்மண்டலத்தில் கிரகங்கள் எங்கு உள்ளதோ அதை அப்படியே 360 டிகிரி கொண்ட 12 - பாவக, ராசிக்குள் அடக்கி பலன் சொல்லும் ஒரு முறையாகும். இதையே ஜோதிடம் மூலம் கூறினால் "அண்டத்தில் உள்ளது பிண்டத்திலே" எனும் தத்துவம் மூலம் ஜோதிடம் செயல்படுகிறது. அண்ட வெளியில் ஏற்படும் மாற்றங்கள் நம்மிலும் தாக்கத்தை ஏற்படுத்தும் என்பதாகும்.

ஜாதகத்தை பொருத்தமட்டிலும் ஒன்பது கிரகங்கள், 27 நட்சத்திரங்கள், 12 - ராசிகள் இவைதான் அடிப்படையாகும். பிறந்த குழந்தைக்கு இந்த ஒன்பது கிரகமும் ஒரு குறிப்பிட்ட ராசியில், குறிப்பிட்ட நட்சத்திரத்தில் அமர்ந்து பலன் தரும். கிரகம் என்றால் பற்றி இழுத்தல் என்றும் கிரகித்தல் என்றும் பொருள். தனது கிரக/ஆகர்சன சக்தி மூலம் மனித உயிர்களை பற்றி தன் வயப்படுத்தி அதன் மூலம் அவனை ஆளுமை செய்கிறது.

ஆக ஒரு குழந்தையின் பிறந்த நேரம் வைத்து குழந்தையின் லக்னம் எது என நிர்மானித்த அந்த லக்னத்தை முதல் பாவகமாக கொண்டு 12 -பாவதில் கிரகங்களை அமர்த்தி ஆளுமை காலம் வரும் போது அவனை ஆளுமை செய்யும்.

இதை நாம் இரண்டாக பிரிக்கலாம். ஜாதக கிரக அமைப்பு மூலம் தான் நம் உடல் அமைப்பும் அமைகிறது. மற்றும் குண அமைப்பும் அமைகிறது. ஆக உடல் அமைப்பு, கிரக அமைப்பு மூலம் அமைந்

தாலும் அதில் ஏற்படும் நிறை/குறைகளை நம் மன அமைப்பால் நாம் மாற்ற முடியும்.

நாம் ஜாதகத்தில் உள்ள லக்னம் எனும் முதல் பாவம் மூலமும் சந்திரன் அமர்ந்த ராசியின் மூலமும் தான் நம் சுபாவம் மற்றும் உடல் தோற்றம் நிச்சயிக்கப்படுகிறது. பிற பாவத்தில் அமைந்தாலும் கிரக சேர்க்கைகளும் பெரும் பங்கு வகிக்கின்றன. உதாரணமாக உடல் அமைப்பு பொருத்தவரை,

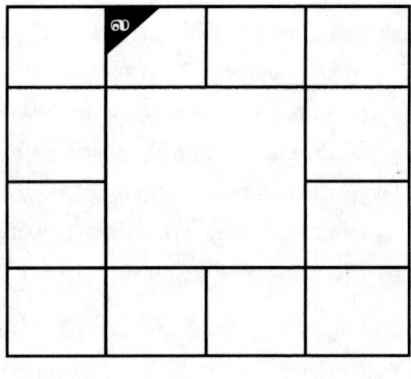

லக்னத்தில் சூரியன், செவ்வாய் தொடர்பு பெற்றால் அதிக உடல் உஷ்ணம் கொண்டவர்கள் சூடால் தொந்தரவு வரும். லக்னம் / ராசியில் புதன் அமர்ந்தால் அல்லது பார்த்தால் என்றும் இளமை தோற்றம். லக்னம் அல்லது ராசியில் சுக்கிரன் அமர்ந்தால் முகக்கலையும், கவர்ச்சியும் இருக்கும். லக்னத்தில் சனியும், ராகுவும் தொடர்பு கொண்டால் சற்று வயது முதிர்ந்த தோற்றம் இருக்கும். லக்னம் அல்லது ராசியில் குரு நெருங்கி இருந்தால் உடல் பருமனாக இருப்பார்கள். அதுவே புதன் இருந்தால் மெல்லிய தோற்றம் அதுவே செவ்வாய்/சுக்கிரன் இருந்தால் கட்டுகோப்பு மிக்க தோற்றம். இவ்வாறாக கிரகம் உடலின் ஒவ்வொரு உறுப்பிலும் ஆளுமையை ஏற்படுத்தும் என்பதை நாம் உணர வேண்டும். இதே போல் தான் மனிதனின் சுபாவங்களுக்கும் கிரகத்திற்கும் சம்மந்தம் உண்டு. ஒரு கிரகம் லக்னம் / ராசி இவற்றை தொடர்பு கொள்ளும் போது அந்த கிரகத்தின் தன்மை என்னவோ அந்த தன்மையையே அந்த நபர் முழுக்க பிரதிபலிப்பார். உதாரணம் :

சூரியன் - ஆளுமை, தயாளம், நன்றியுணர்வு

சந்திரன் - குழப்பம், தாராள மனம்

குரு - நற்குணங்கள், சாந்தம், பொறுமை

செவ்வாய் - கோபம், தைரியம், மூர்க்கத்தனம், நிர்வாகம்

புதன் - அமைதி, பயம், கலகலப்பான

சனி - நிதானம், பிடிவாதம், தாழ்வு மனப்பான்மை

சுக்கிரன் - சொகுசு, அலங்காரம், மகிழ்ச்சி

ராகு - பொய், புரட்டு, ஏமாற்றுதல், நயவஞ்சகம்

கேது - அமைதி, விரக்தி, பற்றற்றல்

ஆக அன்பு மனங்களே இவ்வாறாக உடல், சுபாவம் இரண்டிலும் கிரகங்கள் நம்மை ஆளுமை செய்யும். இதில் சுபாவம் அவரவர் மனதுடனும் நெருங்கிய ஒன்று என்பதை நாம் உணர வேண்டும்.

இப்போது அடுத்த மூன்றாம் கட்டமாக மனித வாழ்வியலையும் அதில் நடைபெறும் சம்பவங்களையும் அதனால் வாழ்வில் ஏற்படும் ஏற்ற - இறக்கங்களையும், நன்மை - தீமைகளையும் கிரகங்கள் தருகின்றன. இது ஒவ்வொரு மனிதனுக்கும் மாறுகிறது என்பதே உண்மை. அன்பு மனங்களே இதில் ஒரு இரகசியம் என்னவென்றால், இந்த வாழ்வியலை நமக்கு கிரகங்கள் தருவதற்கும் அவ்வாறு தரப்படும் பலன்கள் உருவாவதற்கும் காரணமே 'மனம்' எனும் இந்த மந்திர சொல்தான் என்றால் நம்மால் நம்ப முடிகிறதா, ஆனால் அதுதான் உண்மை.

ஜாதகம் உருவாகவும் மனமே மூலம் அவ்வாறு உருவான ஜாதகம் நம்மை ஆண்டு வழிநடத்த அதே மனம் மூலமாக அமைகிறது. ஆம் உண்மைதான் பிறப்பு - இறப்பு வரையும் இன்னும் சொல்ல போனால் அதற்கு பின்பும் மனமே என்ற ஒன்றை கருவாக கொண்டே இங்கு அனைத்தும் நடைபெறுகிறது. ஆக்கம், செயல் பாடு, அழிதல் மூன்றிலுமே மனம் பிரதானமாக அமைகிறது.

அன்பு மனங்களே ஒரு மனிதனின் வாழ்வை வழிநடத்தும் விதம் பற்றி அறியக்கூடிய இந்த ஜாதகம் என்பது எவ்வாறு உருவாகிறது என்பது தெரியுமா? ஜோதிடத்தின் கூற்றுப்படி ஒருவரின் பிறப்பு ஜாதகம் அவர்களின் முற்பிறப்பு கர்மாவின் (வினைபயன்) அடிப் படையிலேயே அமைகின்றது என்பதுதான் உண்மை. அதை தான் ஒவ்வொரு ஜாதகத்திலும் 'ஜனனி ஜென்ம சௌக்கியானாம்', 'பதவி பூர்வ புண்ணியானாம்' எனும் வாசகங்கள் மூலம் நமக்கு குறிப்பிடப் படும். ஆக அன்பு மனமே நம் வாழ்வை நாம் எப்படி வாழப் போகிறோம் என்ன நன்மைகளை பெறப் போகிறோம், எங்கு

தீமைகளால் துன்ப நிலையை பெறப் போகிறோம் என்பதை நமது முற்பிறவி கர்மாவே தீர்மானிக்கிறது.

அது மட்டுமல்ல நாம் எந்த குலத்தில் அவதரிக்க வேண்டும், எந்த தாயின் கருவில் சுமக்கப்பட வேண்டும், எந்த தந்தையின் உயிர் அணுவின் வெளிப்பாடாக அமைய வேண்டும் என்பதையெல்லாம் நாம் செய்த முற்பிறவி கர்மாவின் அடிப்படையிலே அமைகிறது என்பதையும் நாம் உணர வேண்டும். ஆம் நம் தாய் - தந்தை நாம் பிறக்கும் குலமும் நம் கர்ம பலனை அடிப்படையாகக் கொண்டே அமையும்.

ஆக அனைத்தும் இங்கு கர்மா, கர்மா, கர்மா.... எனவே மனங்களே கர்மா என்பதை தவிர்த்து இவ்வுலகில் வேறு எதுவும் இல்லை என்பது ஜோதிடம் நமக்கு சொல்லும் செய்தியாகும். ஜோதிடப்படி நம் முற்பிறவி கர்மா என்பது நன்றாக இருந்தால் நம் இக்கால வாழ்வு நன்நிலை பெறும், இல்லை நம் முற்கால கர்மா சரியில்லை எனும் பட்சத்தில் ஒரு மனிதன் இப்பிறப்பு வாழ்வில் கடும் தீமைகளை அனுபவிக்கிறான் என்பதை ஜோதிடம் நமக்கு சொல்கிறது.

தற்பொழுது கர்மாவே நம்மை வழிநடத்துகிறது எனவும், நாம் அனுபவிக்கும் அனைத்திற்கும் கர்மாவே காரணம் என்பதை அறிந்த பிறகு அந்த கர்மா என்பது என்ன, அது ஏன், எப்படி, எங்கு உருவா கிறது, அதன் மூலம் என்ன என்பதை நாம் உணர்ந்தால் மட்டுமே அடுத்தக்கட்ட புரிதல் நமக்கு கிடைக்கும். ஜோதிடம் - ஆன்மீகம் என எதை எடுத்துக் கொண்டாலும் கர்மாவின் புரிதலை நமக்கு அளிக்க ஏராளம் கொள்கை, கருத்துக்கள், போதனைகள் என பலவும் நம் மண்ணிலே குவிந்து கிடக்கின்றது. பல சமயங்கள், பல மகான்கள் என இந்த கர்மாவை பற்றிய வழிக்காட்டுதலை நமக்கு கொடுத்துவிட்டு சென்று உள்ளனர்.

கர்மா

கர்மா எனும் சமஸ்கிருத சொல்லின் பொருள் தமிழில் ஊழ்வினை, வினைபயன் என்பதாகும். வினைப்பயன் என்றாலே உங்களுக்கு எளிமையாக புரியும், வினை என்றால் செயல் பயன் என்றால் வினையின் அதாவது செயலின் விளைவாக ஏற்படும் ஒரு நிகழ்வு / மாற்றம் என்பதாகும். ஆக ஒரு செயலால் ஏற்படும் பின் விளைவே

கர்மாவாக அமைகிறது. செயல் என்பதே பிரதானம் என்பதை நாம் புரிந்து கொள்ள வேண்டும். நாம் செய்யும் ஒவ்வொரு செயலுக்கும் ஒரு பிரதிபலன் உண்டு என்பதை மறவாதே மனமே. ஆக நாம் அனு பொழுதும் செய்யும் ஒவ்வொரு செயல் மூலமும் ஒரு வினைப் பயனை உருவாக்கி நகர்கிறோம் என்பதை உணர வேண்டும். நாம் செய்யும் செயல்கள் சரியானால் அதன் விளைவாக வரும் பலனும் சரியானதாக அமையும். செயல் சரியற்றதாக இருந்தால் அதன் விளைவும் சரியற்றதாகவே அமையும் என்பதை நாம் உணர வேண்டியது அவசியமானது.

ஆக அன்பு மனங்களே நம் செயல்கள் மூலமே கர்மா விளையும் என்பது நாம் அனைவரும் அறிந்துள்ளோம். பலருக்கு தெரிந்த ஒன்றும்கூட. ஆனால் அது முழுமையான உண்மையா என்றால் இல்லை என்பதே பதில். காரணம் என்னவெனில் செயல்கள் மூலமாக கர்மா எப்போதும் அமைவது இல்லை. கர்மாவுக்கு மூலகாரணம் செயலே இல்லை. செயல் என்பது ஒரு வெளித்தோற்றம் மட்டுமே என்பதை நாம் உணர வேண்டும். அப்படி என்றால் செயலால் தானே விளைவுகள் ஏற்படும் என்பதில் எந்த மாற்றமும் இல்லை. ஆனால் எல்லா விளைவுகளும் கர்மாவை தருமா என்றால் நிச்சயமாக இல்லை. ஆக செயலே கர்மாவை நிர்ணயிக்கும் என்றால் இவ்வுலகில் மனிதன் செய்யும் ஒவ்வொரு செயலும் நன்மை / தீமை என ஏதோ ஒரு விளைவை தந்து மீண்டும் மீண்டும் அவனை கர்ம பந்தத்தில் ஆழ்த்தி முக்தி எனும் ஜீவன் பெறும் இறுதி இலக்கை அடைய விடாமல் செய்து விடும். செயலே அனைத்தையும் தீர்மானிக்கும் என்பது உண்மையில்லை. ஏனெனில் செயல் என்பது எப்போதுமே செய்யப்படுவது, ஸ்தூலம் எனம் புறப்பொருளாகிய உடலால் மட்டுமே கர்மாவில் (புறப்பொருளின்) தாக்கம் பெரிய பங்கு பெறாது. ஆக கர்மாவை உண்டு செய்வதிலும் சரி அதை கரைப் பதிலும் சரி, உடல் மற்றும் உடல் செய்யும் செயல்கள் பிரதானமான ஒன்று இல்லை. இப்போது உங்களுக்கு சற்று குழப்பிவிட்ட நிலையில் உள்ளீர்கள் என நினைக்கிறேன்.

கர்மா நம்மின் உடலால் உருவாவது இல்லை. ஏனென்றால் உடல் வெறும் கருவி மட்டுமே, அதனால் அது பெரிய மகத்துவம் பெறாது. அப்படியெனில் கர்மாவிற்கு காரணம் யார்? எனும் வினா எழுந்தால் அதன் பதில் - மனம், இப்போது உங்களுக்கு புரியும் வண்ணமாக சொல்ல வேண்டுமானால் மனமே கர்த்தா, மனமே விளைவு, மனமே மூலம், மனமே சகலமும் என்பதையே அத்துனை மகான்களும் ஆன்மீகத்திலும், ஜோதிடத்தில் உரைத்து சென்றுள்ளனர். கர்மாவின் அடிநாதமே மனம் என்றால் உங்களால் நம்ப முடிகிறதா என்றால் நிச்சயம் தடுமாற்றம் இருக்கும். அதை சற்று போக்கும் விதமாக, கர்ம தத்துவங்களை "ஆன்மீகத்தின் பார்வையில் மனம்'' எனும் பகுதியில் பார்ப்போம். விரிவாக இப்போது ஜோதிடப்படி நாம் செய்யும் செயல்களின் விளைவால் கர்மா உருவாகிறது. நன்மை / தீமை என நமக்கு பலன்களை தருகின்றது என்பதை நாம் புரிந்து நகர்வோம். இவ்வாறாக நம் ஜாதகம் முற்பிறவி கர்மா அடிப்படையில் அமைகிறது.

இப்போது நாம் ஜாதகத்திற்கு வருவோம், நம் ஜாதகத்தின் படியே நம் வாழ்வின் நகர்வு அமைகிறது என்பது நாம் அறிந்த ஒன்று என்பதில் மாற்றமில்லை. நவகிரகங்களும் சேர்ந்து நம் வாழ்வை கட்டமைத்து இப்படி இதை, இங்கு, இந்த நேரத்தில் தர வேண்டும் என முடிவெடுத்து அதன்பின் நம் வாழ்வியலை நடத்துகின்றனர். நவ கிரகங்களும் நம் முற்பிறவி கர்மாவின் அடிப்படையிலேயே இந்த ஜாதக கட்டமைப்பை உருவாக்கின்றன. இப்போது ஒரு குழந்தை ஒரு குறிப்பிட்ட நாள், நேரத்தில் ஒரு இடத்தில் பிறக்கிறது என்றபோது, அந்த பிறப்பு நேரத்திற்கு வானில் ஜோதிட ரீதியாக என்ன கிரக நிலை உள்ளதோ அதுவே அதன் (குழந்தையின்) பிறப்பு ஜாதகமாக அமைகிறது. இப்போது இந்த ஜாதகம் மூலம் இந்த நவகிரகங்கள் நம்மை ஆளுமை செய்யும். நவ கிரகங்களுக்கு பொதுவாக ஒன்பது கிரகத்திற்கும் சில பண்புகள், அதிகாரம் உண்டு. இதனை கிரக காரகத்துவம் என்பர்.

அதே போல் ஒன்பது கிரக அமைப்புக்கும் தனித்தனி ராசிகள் உண்டு, இது பொதுவானது. ஆனால் ஜாதகம் என்று வந்தாலே குழந்தை பிறந்த நேரம் பொருட்டு ஒரு லக்னம் கணிக்கப்படும். இதுதான்

அக்குழந்தை எப்படி உலகில் வாழப்போகின்றது எனும் தலை விதியை நிர்ணயிக்கின்றது. பிறப்பு, ராசி, நட்சத்திரம், லக்னம் இவையே என்ன நடக்கும், அது எப்போது நடக்கும் என நிர்ண யிக்கும். இதற்கு லக்னமும் அதை தொடர்ந்து 12 - பாவங்களும் முக்கியம். ஜோதிடத்தில் கிரகங்கள் முக்கிய இரண்டாக பிரிக்கப் படும். ஆனால் கிரகங்கள் அதே ஒன்பதுதான். ஒன்று - கிரககாரகம், இரண்டு - பாவ காரகம். கிரக காரகம் அனைவருக்கும் ஒன்றுதான் ஆனால் பாவ காரகம் லக்னத்தை பொறுத்து மாறும். ஒரு கிரகம் - கிரக கரகம் மற்றும் பாவ காரகம் என இரண்டுக்கும் பொறுப் பேற்கும். உதாரணம் :

குரு எனும் ஒரு கிரகத்தை எடுத்துக் கொள்வோம். அவர் பொது வாக நற்புகழ், பணம், செல்வாக்கை தருவார். அது அவரின் கிரகாரகம். இரண்டு ஜாதகத்திற்கும் பொதுவாக அதை தருவார். பாவ காரக அடிப்படையில் குருதசை வரும் காலத்தில் இதோடு சேர்ந்து ஜாதகர் - (A)-க்கு அவர் 9-ம் வீடு, 12-ம் வீட்டின் பாவ அதிபதி என்பதால் பூர்வீக சொத்து, உயர்கல்வி, வெளிநாட்டு

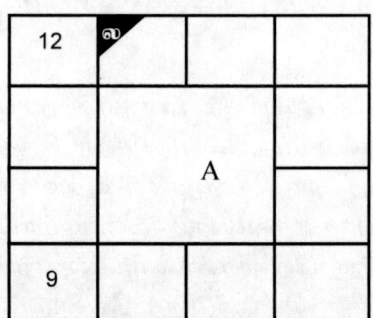

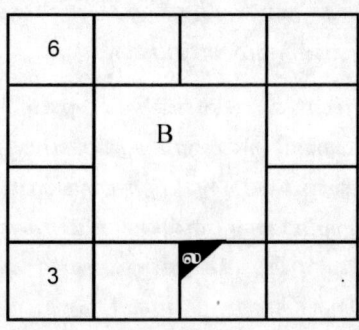

யோகம் இவற்றை தருவார். அதே போல் ஜாதகர் - (B) - க்கு குரு தசை நடக்கும் காலத்தில் அவர் 3-ம் வீடு, 6-ம் வீடுக்கு அதிபதி என்பதால் அலைச்சல், கடன், நோய் இவற்றை வலுவாக தருவார். ஆக லக்னத்தை பொறுத்து பலன்கள் நன்மை - தீமை என மாறும். பலன் நடப்பது தசா - புக்தி காலங்களில் பாவ அடிப்படையிலேயே 80%மும் கிரக காரக அடிப்படையில் 20%மும் நடக்கும். ஆக பிறப்பு லக்னம் (விதி) மிக முக்கியமாக அமைகிறது. அதை பொருத்தே

ஒருவான் வாழ்வானா அல்லது வீழ்வானா என்பது அமைகிறது. ஆனால் அந்த லக்னம் அனைவருக்கும் நல்லபடியாக அமையாது. சரியில்லாமலும் அமையும். உள்ள இருக்கும் கிரக அமைப்பும் அப்படிதான்.

ஏன் மனம் என பெயர் வைத்து ஜோதிட கருத்தை விளக்கு கின்றீர் என தாம் நினைக்கலாம் கூறுகின்றேன். விதி எனப்படும் இந்த ஆளினால் அழகுராஜாவும், அந்த நவ கிரகங்களும் நம் ஜாதகத்தில் முற்பிறவி கர்மா அடிப்படையிலேயே அமைவர். ஆக ஜாதகர் - (A) முற்பிறவியில் நற்கர்மாவை அதிகம் செய்திருப்பார். ஆகையால் குருதசை பருவத்தில் நல்ல பாவ பலனை தரும் அமைப்பில் வருகின்றது. ஜாதகர் - (B) முற்பிறவி கர்மாவில் பணம், பொருள் சார் அமைப்பில் தீயகர்மாவை செய்திருப்பார். ஆகையால் 3, 6-ம் அதிபதி தசையாக வந்து அவரை துன்புறுத்துகிறது. ஆக ஒரே கிரகத்தின் தசை இருவேறு ஜாதகருக்கு, இருவேறு எதிரெதிர் நிலை யில் அமைகின்றது. காரணம் விதி எனும் லக்னம் அமைப்பு அதற்கு காரணம் கர்மா. இந்த அமைப்பை நீங்கள் அப்படியே எல்லா 9-கிரக தசை-புத்திக்கும் பொருத்தி புரிந்து கொள்ளலாம் கர்மாவே அனைத்தும் என்பதை.

கர்மாவே அனைத்தின் ஆணிவேர் என்பது புரியும் என நான் நம்பு கிறேன். இன்னும் சந்தேகம் இருந்தால் கர்மாவின் மீது சற்று இந்த உலகை உற்று நோக்குங்கள். இறைவன் கருணையே வடிவாக இருப்பவன், எல்லா உயிர்க்கும் பொதுவானவன், எல்லாமுமாய் அவன் இருக்கிறான். அவன் பிறப்பிற்கு பிறகுதான் வாழ்வில் ஏற்ற இறக்கத்தை அவரவர் செயல்பாடுகளை கொண்டு தர வேண்டும். பலரின் கருத்து இதுதான் கர்மாவாம். இல்லை நான் செய்கிறேன் அதை நான் அனுபவிக்கிறேன், நான் உழைக்கிறேன், நான் உயர்கிறேன் என்பர். அது சரியெனில் பிறப்பில் அனைவருக்கும் சமமாக இருக்க வேண்டுமே, அங்கேயே ஏற்ற - தாழ்வு ஆரம்பம் என்றால் அது எதன் விளைவாக ஏற்பட்டது என்பதை நாம் சிந்திக்க வேண்டும், அதுதான் முற்பிறவியின் கர்மா. ஆமாம், சில குழந்தைகள் செல்வந்தர் வீட்டில் பிறக்கும், சில ஏழைகளின் வீட்டில் பிறக்கும். சில நல்ல தேக ஆற்றலுடன் பிறக்கும், சில குழந்தைகள் உடல் குறை

பெற்று பிறக்கும், சில குழந்தைகள் அறிவாற்றலில் மிளிரும், சில குழந்தைகள் புத்தி - சுவாதினம் இன்றி பிறக்கும். இவை இதன் காரணமும் முற்பிறவின் தர்ம பலனே.

ஆக பிறப்பு எப்படி என்பதன் மூலமும் கர்மாவே, பிறப்பிற்கு பின்பு வாழ்வியல் எப்படி என்பதும் கர்மாவே என்பதை தாம் உணர வேண்டும். ஆக பிறப்பும் - பிறப்பின் நகர்வும் கர்மாவால் தான் என்பதை உணர்ந்து இருப்பீர்கள். சரி இனி நம் வாழ்வில் கிரகங்கள் எப்படி நம்மை வழி நடத்துகிறது என்பதை நாம் தெரிந்து கொண்டால் ஜோதிட அமைப்பே மனதை அடிப்படையாக கொண்டதுதான் என்பதை நாம் உணர முடியும்.

நம் வாழ்வில் நடைபெறும் ஒவ்வொரு நல்ல மற்றும் நல்லது அல்லாத அத்தனை நிகழ்வுகளும் ஜாதகத்தின் தசா - புத்தி படி கிரகங்கள் நம்மை வழிநடத்துவதால ஏற்படுகிறது. கிரகங்கள் வான்மண்டத்தில் இருந்தாலும் புவியில் அவற்றின் தாக்கம் என்பது இல்லையெனில் புவியின் இயக்கம் சாத்தியம் அற்றது. சூரிய ஒளி இல்லையெனில் உயிர்கள் இல்லை, சூரியனின் ஈர்ப்பு சக்தி இல்லை யெனில் புவிக்கு நகர்வில் கட்டுப்பாடு இல்லை என்பதை நாம் உணர வேண்டும். புவியை ஆளும் கிரகங்கள் புவியின் சிறு அங்கமாகிய உயிர்களையும் ஆளதான் செய்கிறது. கிரகம் தன் ஆதர்சன/ஈர்ப்பு/ இயக்க/உந்து சக்தியால் மனிதனை கட்டுப்படுத்துகின்றது என்பதை நாம் உணர வேண்டும். கிரகம் ஒரு பலனை கொடுக்கின்றது என்றால் அதை நம்மிடம் சேர்க்க/ கிரகம் நம்மை இயக்க அதற்கு ஒரு ஊடகம்/கடிவாளம் தேவை, அந்த ஊடகமே மனம். ஆம் நண்பர்களே மனதின் வாயிலாகவே கிரகங்கள் நம்மை ஆளுமை செய்து வாழ்வில் நிகழ்வுகளை தருகின்றன.

கிரகத்திற்கும் மனிதர்க்கும் இடையில் ஓர் இணைப்பு பாலமாக அமைவதுதான் மனம். மனம் இல்லையெனில் கிரகத்தால் மனிதனை கட்டுப்படுத்த முடியாது. ஆம் இது ஏற்றாலும் - ஏற்காவிடிலும் உண்மையே. மனம் மூலமே கிரகம் தன் அத்தனை செயல்களையும் மனிதன் மீது நடத்துகின்றது என்பதை நாம் உணர வேண்டும்.

ஒரு உதாரணமாக ஒரு ஜாதகத்தினை நாம் விளக்கி பார்ப் போம். ஒரு பலன் என்பது மனித வாழ்வில் நடக்க ஜாதக தசா - புத்தி அனுமதிக்க வேண்டும். நன்மையோ தீமையோ எதுவானாலும் நம் மனதின் மூலமாகதான் கிரகம் செய்யும். சில நிகழ்வுகள் மட்டும் அன்னிசை செயல்போல மனநிலையின் கட்டுப்பாடு இன்றி கடுமை யான கர்மாவின் பலனாக நிகழும் எ.கா: மரணம், விபத்து போன்றவை ஆனாலும் அதற்கும் முற்பிறப்பின் கர்மாவே காரணம்.

ஜாதகத்தில் ஒருவர் வீடு வாங்க வேண்டும் என பலன் இருந்தால் அதுவரை இல்லாத ஆசை நான்காம் இடம் குறிக்கும். தசா - புத்தி வரும்போது மனதில் தோன்றும். அது சூழலுக்கு ஏற்ப நம்மை தூண்டி உந்தி தள்ளும். அதற்கான சூழலையும் பிரபஞ்சம் ஏற்படுத்தி கொடுக்கும்.

ஒருவருக்கு சரியில்லாத கடனை ஏற்படுத்தும் தசை வருகின்றது, தொழில் நட்டமாகும் அமைப்பு இருக்கின்றது என்றால் அவரின் மனதின் முதலாளி ஆக வேண்டும், தொழில் முதலீடு செய்யலாம் எனும் எண்ணம் மேலோங்கும். அவர் அந்த தொழிலில் இறங்கினால் அம்பானி ஆவார் என்கிற அளவு அவருக்கு நம்பிக்கை ஏற்படுத்தும் சூழல்கள் அவரை சுற்றி நடக்கும். இதற்கு சில நிகழ்வுகள், சில நபர்களை பிரபஞ்சம் பயன்படுத்தி கொள்ளும். அவரின் தசா- புக்தி கடுமையான அமைப்பில் உள்ள போது அவரை தடுத்து நிறுத்த அனுபவம் மிக்க நலம் விரும்பிகள் கீதை அளவு உபதேசம் அளித்தால் கூட 'அவர் காது கேட்காது' எனும் நிலையில் தான் அவர் இருப்பார். அவரின் மனமும் முழுக்கவும் தொழிலில் கொடிகட்டி பறக்கும் உணர்வை மட்டுமே ஏற்படுத்தும். ஒரு வழியாக தொழிலில் காலடி வைத்து அதில் சரிவர செயல்படாமல் தோல்வியை தழுவி நட்டமும் பெறுவார். அதன் மூலம் கடும் கடன் தொல்லை அவர் வாழ்வை சூழும். அவரின் நிலையானது தடுமாற்றம் பெற்று வாழ்வில் பின்னடைவை பெறுவார்.

ஒருவருக்கு பெரும் பொருளாதாரத்தை ஈட்டும் தசா-புத்தி வருகின்றது என கொண்டால் சாதாரண வேலை பார்த்து கொண்டு இருப்பார். வாழ்வில் ஆயிரங்களை மட்டுமே பார்த்திருக்கும் அவர்

மனதின் உந்துதலால் திடீரென வேலையை விட்டு தொழில் செய்ய விருப்பம் கொள்வார். அதற்கு ஏற்றார்போல அவருக்கு ஊக்கம் அளிக்கும்விதமாக சற்று சூழல் தொழில் வட்டாரம், நல்ல தகவல்களை பிரபஞ்சம் கொண்டு வந்து சேர்க்கும். அதன் மூலம் அவரும் துரிதமாக செயல்பட்டு தொழில் செய்து நிதான முன்னேற்றம் பெற்று பொருளாதார வாழ்வில் நன்னிலை பெறுவார். யார் இடையூறு செய்தாலும் அவரை தடுக்க முடியாது.

ஒருவர் ஒரு குறிப்பிட்ட காலத்தில் நோய்வாய்பட அமைப்பு இருக்கும்பட்சத்தில் அவரின் உடல்நிலை கெடும்படியான உணவு பழக்கத்திற்கு தள்ளும், அந்த நோய் ஏற்படுவது மாதிரியான புறசூழலை ஏற்படுத்தும். சிலருக்கு அந்த தசா-புத்தி காலம் முடியும் வரை எந்த மருத்துவம் பார்த்தாலும், எவ்வளவு செலவு செய்தாலும் நோய் குணமாகாது. அவர்களின் மனமும் எதிர்மறையான சிந்தனை யிலே ஆழ்ந்து நோயை வீரியப்படுத்தும் வேலையை பார்க்கும். தைரியமே தோன்றாது. ஆனால் அந்த தசா - புத்தி முடிந்து நல்ல தசை வரும்போது நம் மனதில் எதிர்மறை எண்ணம் குறைந்து, நேர்மறை ஆற்றலும் சிந்தனையும் வலுபெறும். லட்சக்கணக்கில் செலவிட்டும் சரி ஆகாத பிணி வெறும் 100/- ரூபாய் மருந்தில் தீர்வு கிட்டி குணமாகும்.

ஆக சிறந்த வன்மைப் பெற்ற மனங்களே ஒரு கிரகம் எந்த நிலை யிலும் நம் மீது ஆதிக்கம் செலுத்த முடியாது. நம் மனதை கட்டுப் படுத்தியே நம்மை செயல்படுத்தும் என்பதை நாம் உணர வேண்டும். ஆக மனம் என்னும் ஒன்று இல்லாமல் கர்மா எனும் ஒன்று சாத்திய மில்லை. கர்மா இன்றி இப்பிறவி பலன் சாத்தியமல்ல, மீண்டும் இப்பிறவியில் நாம் செயல்படுவது என்பது மனமின்றி சாத்திய மில்லை. ஆக முற்பிறவி கர்மாவிலும் இப்பிறப்பு செயல்பாடு களிலும், கர்மாவின் மூல வித்தாகவும் மனமே பிரதானமான ஒன்றாக அமைகிறது. மனமே மூலம் என்பதை உணர்த்தும் விதமாகவே சில உதாரணங்களை நாம் பார்க்கலாம்.

ஒரு ஜாதகம் நன்மை தீமை என எதை தாங்கி நின்று உள்ளதோ வாழ்நாள் வரை அதை அனுபவித்தே தீரும். இது விதியாகும்.

தற்போது ஒரு மனநல பாதிப்பு பெற்ற ஒருவரை பார்க்கலாம். அவரின் ஜாதகப்படி அவர் 15 வயதில் மனநல தொந்தரவு பெறும் அமைப்பு இருப்பதாக கொள்வோம். 15 வயது வரை ஜாதக ரீதியான பலன்கள் அவருக்கு சரியாக நடக்கும். ஆனால் மனநிலை தடுமாறிய பின் மன கட்டுப்பாட்டை இழக்கும் நிலையில் மனதின் சரிவர இயக்கம் பாதிக்கும் நிலையில் 15 வயதுக்கு பின் 18-வயதில் உயர் கல்வி, 22-வயதில் நல்ல வேலை, 26-வயதில் திருமணம், 29-வயதில் குழந்தை, 35 வயதில் வீடு, 40-வயதில் புகழ் இவற்றை அடையும் அமைப்பு அவரின் ஜாதகத்தில் இருக்கும். ஆனால் இவை எதுவும், எதுவுமே அவருக்கு நடக்காது. காரணம் உடல் இருக்கின்றது, செயல் செய்யும் ஆற்றல் உள்ளது. ஆனால் சிந்தனையும், உந்துதலையும், பந்தத்தையும் தரும் மனம் சரிவர இயக்கம் பெறாத காரணத்தால் அவர் வாழ்வில் ஜாதக ரீதியாக விதிக்கப்பட்ட பல பலன்களை அனுபவிக்க முடியாத நிலைக்கு தள்ளப்படுவார். ஆகையால் தான் மனநல பாதிப்பு பெற்றவர்களுக்கு ஜாதகத்தின் முழு பலனும் கிடைக்காது.

இதை நாம் அப்படியே வாழ்வின் தத்துவம் உணர்ந்த ஞானியர்களுக்கும், இறைநிலையை உணர்ந்த மகான்களுக்கும், இன்ப - துன்பத்தை கடந்து மன ஒருமையை பெற்ற யோகியர்களுக்கும் அவர்கள் இந்த அபூர்வ நிலையை பெற்ற எய்திய பின் மனம் தன் விதிகளின் படி செயல்படாத காரணத்தால் கர்மாவை செயல்படுத்தும் ஆற்றலை இழந்தும் கர்மாவை ஏற்படுத்தும். பலத்தையும் இழந்தும் ஜாதகம் வேலை செய்யாததால் பிறப்பின் நீட்டிப்பு இன்றி முக்தி நிலை பெறுகின்றன.

ஆக அனைத்துமான மனங்களே உணருங்கள், உணருங்கள். நீங்கள் இன்றி இங்கு எதுவும் இல்லை. கர்மா எனும் சக்தி வாய்ந்த குழந்தையின் தாயே மனம் தான்.

ஜோதிடத்தின் ஒரு அங்கமாகவும் இன்று ஜோதிடத்தில் ஆலமரமாகவும் வேரூன்றி நிற்பது பரிகாரம். இந்த பரிகாரம் இன்னும் சிலரில் தனிப்பட்ட வருமான லாபத்திற்காக ஜோதிடத்தை அளித்த மூலவர்களின் வழிகாட்டுதலை தாண்டி வரைமுறையை உடைத்து

வியாபார நோக்குடன் தவறான முறையில் வளர்ந்து விட்டது. ஆனால் பரிகாரம் என்பது ஒரு பிரச்சனைக்கான தீர்வை ஏற்படுத்தும் மனநிலையை உண்டு பண்ணி அதனை வீரியம் குறைக்கும் ஒரு செயல். ஆனால், இன்று அது தன் நிலையை மாற்றிய வண்ணம் ஜோதிடம் என்றாலே பரிகாரம் எனும் நிலையில் வளர்ந்து நிற்கின்றது.

அன்புக்குரியவர்களே நன்றாக உணர்ந்து கொள்ளுங்கள், பரிகாரம் என்பது உண்மை. அது சில வழிபாடுகள், சில கிரக தாக்கம் கொண்ட பொருட்கள், சில கிரக கதிர்வீச்சு தாங்கிய ஒலி தரும் பீஜ மந்திரங்கள், சில தானங்கள் இவற்றின் மூலம் இறையை பற்றி தீமையின் வீரியம் குறைக்கும் நிகழ்வுகள். இதை தெய்வப் பரிகாரம் என்பர். இது எந்த நிலையிலும் தீமையை தடுக்காது. அதை கடக்கும் பலத்தை அல்லது அதன் வீரிய குறைப்பை ஏற்படுத்தும். ஆனால் சில நிலையில் சில மந்திரங்கள், யாகங்கள், பூஜைகள், தகடுகள், தாயத்துகள் மூலம் அதர்வன வேத வழிகாட்டுதலால் செய்து தெய்வ பரிகாரத்தை விட பலமான முறையில் பலன் பெற்று வீரியத்தை குறைக்கலாம். ஆனாலும் முழுமையாக தடுக்க முடியாது. ஆனால் முதலில் சொல்லப்பட்ட தெய்வ பரிகாரம் என்பது இறையை பற்றி

வேண்டி பெறுவது 10-20% பலன் தரும். ஆனால் பக்க விளைவு எதுவும் இல்லை.

இரண்டாவதான மாந்த்ரீக பரிகாரங்கள் என்பது இறையை நிர்பந்தித்து பொய்யாக மகிழ்வித்து கட்டாயப்படுத்தி பெறுவது. 20-50% பலன் கிட்டும். ஆனால் கடும் பக்க விளைவையும், கெடு கர்மாவையும் அது ஏற்படுத்தியே தீரும். அதன் மூலம் பரிகாரம் செய்யும் ஜாதகரும் பாதிப்பார், செய்து தரும் வேதியரும் பாதிப்பார், வழிகாட்டும் ஜோதிடரும் பாதிப்பார். இதில் இன்னும் சில பரிகாரங்கள் கிரகத்திற்கு சம்பந்தமே இல்லாமல் பொருள் செலவிட்டு மக்களை செய்ய வைப்பார்கள். அது எந்த மாற்றத்தையும் நல்காது. வெறுமனே வியாபார நோக்கில நடை பெறும். இதை நம்பி மக்களும் செய்து ஏமாற்றம் பெற்று பணத்தையும், நேரத்தையும் விரையம் செய்வீர்.

இறைவழிபாடும், தீமையான காலத்திலும் நல்ல சிந்தனை கொள்வதும், பற்றுகளை குறைப்படும் தலைசிறந்த பரிகாரம் ஆகும். பரிகாரம் செய்து நீங்கள் நீந்தி கடக்க வேண்டிய கர்மாவை தவிர்த்து கடந்ததாக எண்ணி கொள்கிறீர்கள். ஆனால் அது உண்மையல்ல; எப்பிறப்பானாலும் அதை நீங்கள் பிறவி சங்கிலியை அறுத்தல் என்பது சாத்தியம் அற்றது.

"பிறப்பின் இலக்கு மீண்டும் பிறவா நிலை. அதற்கு வழி கர்மாவை அனுபவித்து கடந்து வருவது. மாந்த்ரீக பரிகாரத்தின் விளைவு – கர்மாவை கழிப்பதை தடுத்து அதிகப்படுத்துவது. ஆகா பிறவியின் இலக்கையே தடுக்கும் செயல் பரிகாரம்."

– யோகி ஜெயபிரகாஷ்

அன்பு மனங்களே இப்பகுதியில் ஜாதகம் உருவாக கர்மாவும், அந்த கர்மா உருவாக மனமும் காரணம். உருவான ஜாதகமும் மனதின் வழியாகவே செயல் பெறும் என்பதை இந்த பகுதியில் பார்த்தோம். இனி கர்மாவுக்கு - மனமே மூல காரணம் என்பதையும், உண்மையில் ஆன்மீகத்தில் மனதின் நிலை என்ன என்பதையும் விரிவாக பார்க்கலாம் அடுத்த பகுதியில்.

2. ஆன்மீகமும் - மனமும்

அன்பு மனங்களே இப்பகுதியை முழுமையும் தகவல் சேகரித்து பின் பயன்படுத்தும் அறிவாக மட்டும் இருந்து படிக்காமல் உணர்ந்து, உணர்ந்து பெறும் ஞானமாக உள்வாங்கி மனதை வேறெங்கும் செலுத்தாமல் ஒருமுகப்படுத்தி இப்பகுதியை படியுங்கள். அப்போதுதான் அறிவை மற்றும் அறிவியலை கடந்த பல ஞான தகவல்களை அறியும் விதமாக இப்பகுதி உங்களை உந்தி தள்ளும். ஆக்கப்பூர்வ உணர்வுகள் பலவற்றின் பிறப்பிடமாகவும் இப்பகுதி அமையும்.

இப்பகுதியை உணர்ந்தீர்கள் என்றால் ஆன்மீகத்தில் எது முக்கியம், இவ்வளவு நாளாக நாம் எப்படி இறை வழிபாடு செய்தோம், அதனால் பயன் என்ன, இறைவனை அடைவதற்கு உண்மையில் என்ன வழி, என்னவாக இருக்கின்றது என்பதை உணர்வீர்கள். இந்த புத்தகத்தின் இந்த ஆன்மீக பகுதியை நீங்கள் உணர்ந்தால் இன்றி லிருந்து உங்களுக்கு இறைவழிபாடு குறித்து வேறு ஒரு கண்ணோட் டமும், புரிதலும் கிட்டும். உங்கள் இறை வழிபாட்டு பாதை மாற்றம் பெரும் என்பதில் எனக்கு ஆழமான நம்பிக்கை உள்ளது.

இப்பகுதியில் இருப்பு உங்களை வேறு கட்ட ஆன்மீக அனுபவத்திற்கு கொண்டு செல்லும்.

மனங்களே ஆன்மீகம் என்பதே ஆன்மாவை முதன்மைப் படுத்தும் ஒரு அற்புத தளம். ஆனால் நாம் பக்தி மார்க்கத்தில் இன்றளவில் பார்த்தால் 99% மக்கள் ஆன்ம நிலையை முதன்மைப் படுத்தாது தடம் மாறி சென்று வருகின்றனர். பக்தி என்னும் உயரிய தாய் தன் புனித நிலையை இழந்து நிற்கிறாள் என்றே நான் கூறுவேன். இது ஏற்க கசத்தால் கூட அதுவே உண்மை.

பக்தி எனும் சொல் பேர் அன்பு (பேரன்பு) என பொருள் கொள்ளப் படும். எந்த எதிர்பார்ப்பும் - விருப்பும் - வெறுப்பும் இன்றி இறைவன் பால் கொள்ளும் அன்பு பக்தியாகும். இதுவே ஆன்மீக பக்தி மார்க்கத்தின் அடிநாதம் இதுவே உச்சபட்ச ஆன்மீகமும் கூட ஆனால் இன்றளவில் நாம் கொள்ளும் பக்தி எத்தகையது என நாமே கண்கூடாக பார்க்கிறோம். அன்பு மனங்களே உணர வேண்டியது மூன்றுதான் அன்பே இறை, உணர்தலே ஆன்மீகம்.

அன்பர்களே முதலில் ஆலயங்கள் பற்றி நாம் பார்ப்போம்.

பக்தி மார்க்கத்தின் பிரதானம் என்றால் அது திருக்கோயில்களே. ஆரம்ப காலங்களில் இயற்கையை இறையாக அதாவது வெட்ட வெளி தன்னை இறையாக வழிபாடு செய்தவர்கள் நம் முன்னோர்கள். அவர்கள் தமக்கு உணவளிக்கும், உறைவிடம் அளிக்கும் காடு, மரம், மலை, காற்று, நெருப்பு... என பஞ்சபூத வழிபாட்டையே முதன்மையாக கொண்டிருந்ததை நம்மால் காண முடிகிறது. இவை அனைத்தையும் தன் வாழ்வியலுக்கு உதவிய இயற்கையை இறையாக பாவித்து அதற்கு நன்றி தெரிவிக்கும் பொருட்டு வழிபாடும், பக்தியும் அமைந்தது. அதன் பின்பு வளர வளர சில கால பரிமாணங்களுக்கு பிறகு கற்களை வைத்து வழிபடும் முறையை அக்கால மானுடர்கள் கொண்டிருந்தனர். அதன் பின் அதிலேயே சில உருவ சிலை போன்று செதுக்கும் முறை கொண்டு உருவ வழிபாடுக்கு பல நூற்றுக்கணக்கான ஆண்டுகள் கழித்து வந்து விட்டனர்.

இயற்கை உருவம் என வந்தபின் தான் வழிபாட்டில் பல்வேறு மாற்றங்கள் வந்தது. ஐவகை நில சூழலுக்கு ஏற்ப ஆங்காங்கு வாழ்ந்த மக்கள் உருவ வழிபாடுகளை வெவ்வேறாக கொண்டு வழிபட துவங்கினர்.

உருவ வழிபாடு செய்யும் முறை வந்த பின்னரே ஆலயங்கள் தேவை ஏற்படுகிறது. வெட்ட வெளியில், மரத்தில் இறைவனை கண்ட மானுட சமூகம் தன் பரிணாம வளர்ச்சியில் எவ்வாறு இலை, தழை, ஆடை, வேட்டையாடி உணவு உண்ணல் தளத்திலிருந்து குகை வாழ்வு, பின் சிறு குடில் வாழ்வு, பின் வீடு அமைத்தல் என வளர்ந்தும், உணவு முறையில் காய், கறியிலிருந்து நிலங்களை பண் படுத்தி விவசாயம், தானிய விளைச்சல் என வளர்ச்சி பெற்றானோ அவ்வாறே ஆன்மீகமும் அவனுடன் சேர்ந்து வளர ஆரம்பித்தது என்பதே வியப்புக்கு உரியதாகிறது.

ஆன்மீக வளர்ச்சியில் இயற்கை - இறைவன், அதே போல் வெட்ட வெளி - கோயில் என மாறுகின்றது. கோயில் வழிபாடு வளர வளர மக்களின் நம்பிக்கை விசாலமாக காட்டுத்தீயாக பரவி கோயில் களின் விரவல் அதிகரித்து விட்டது. ஆக அன்பு நண்பர்களே இப்போது - "கோயில் இல்லா ஊரிலே குடி இருக்காதே" என சொல்லும் அளவுக்கு மனிதகுல வளர்ச்சி வளர்ந்து நிற்கின்றது.

கோயில் கட்டுமானம் என்பதே ஒரு அறிவியல் என்பது அனை வருக்கும் தெரியும். ஆனால் அதன் நோக்கம் ஆன்மீகம் ஆகும். மகான்கள் ஆகம விதிகளின்படி சிலவற்றை அருளி அந்த கட்டமைக்கும் ஆலய விதிகள் கொண்டு பல நுணுக்க ஞானங்களை ஆலய கட்டுமானத்தில் வைத்துள்ளனர் என்பதுதான்.

கோயில் என்பது இறைவனை அடைய நாம் வழிபாடு செய்யும் இடம் என்பதை உணர்ந்த அக்கால ஞானிகள் உழைப்பு, சற்று முறையற்ற வாழ்வு என இருந்த முன்னோர்களின் வாழ்வை ஒரு பொது அமைப்பில் இழுத்து ஒருங்கிணைத்து முறைப்படுத்தும் அற்புத இடமே ஆலயம். ஆக கோயில் பற்றி நாம் அறிவது அவசியம் ஆகிறது.

கோயில் அமைப்பு :

கற்கள், சிமெண்ட், ஜல்லி... என கட்டுமான பொருள்கள் வைத்து எழுப்பப்படும் இந்த கோயில்கள் வெறுமனே ஏதோ கட்டிடங்கள் இல்லை என்பதை உணர வேண்டும். கோயில்களின் ஒவ்வொரு கட்டிட அமைப்புக்கும் ஒரு காரணம் உண்டு. அதை உணர்ந்து ஆலயம் நாம் சென்றால் நமக்கு உண்மையான வழிபாடு என்பது பிடிபடும். கோயில் எழுப்ப என சில வரையறை உண்டு. எப்படி, எங்கு, எந்தெந்த தன்மையில் கோயில் அமைக்க வேண்டும் என்று அதையே ஆகம விதிகள் என்கின்றனர். அவ்வாறு அமைக்கப்படும் ஆலயங்கள் அனைத்தும் வெறும் கற்களின் குவியலால் உருவான கட்டிடம் மட்டும் அல்ல; அது இவ்வுலக வாழ்வில் நாம் கடைப்பிடிக்க வேண்டிய சில நியமங்களையும், உடல் கொண்டு அறியும் மெஞ்ஞான போதனை மையமாகவும் திகழ்கிறது. மனித வாழ்வியலுக்கு தேவையான மெய்ஞானத்தை போதிக்கும் போதனை கூடமே கோயில்கள் என்பதை அன்பர்கள் உணர வேண்டும்.

ஆம் ஆலயத்தின் ஒவ்வொரு அங்கமும் ஒவ்வொரு தத்துவத்தையும், மனித உடலின் பாகத்தையும் குறிக்கும். ஆக மனித உடலின் தோற்ற கட்டமைப்பே ஆலயங்கள் எனலாம். கோயிலின் ஆரம்பம் முதல் அந்தம் வரை அனைத்து பகுதியும் ஏதேனும் தகவலை நமக்கு சுட்டிக்காட்டும் அற்புத தகவல் களஞ்சியமாக அமையும். அக்காலத்திலிருந்து இந்து மத கோயில்களில் அநேக விதங்கள் உண்டு. எல்லை தெய்வம், காவல் தெய்வம், சிறு தெய்வம், குல தெய்வம், என பல ஆலயங்கள் இருந்தாலும் கூட ஆகம விதிப்படி அமையும்

சிவ ஆலயமே மெஞ்ஞான அமைப்பாக இருக்கும்.

கோயில் உள்ளாக நாம் செல்லும் போது பார்த்தோம் என்றால் நான்கு ராஜகோபுரம் கொண்ட நான்கு வழிகள் உண்டு. அன்பர்களே ஏன் நான்கு வழிகளை நான்கு கோபுரம் மூலம் அமைக்க வேண்டும். ஒரே வழியாக அமைத்தால் செலவும் குறைவுதானே என்றால், அன்பர்களே ஆலயம் என்னும் புனித பூமிக்குள்ளாக இறைவனை அமைத்த பெரியவர்கள் இவ்வுலகில் இறைவனை

அடைய பல வழிகள் உண்டு. அவற்றை தொகுத்து பக்தி, கிரியை, கர்மா, ஞானம் எனும் நான்கு மார்க்கங்களாக வழிவுண்டு இறையை பற்ற என நமக்கு உரைத்தனர். இதை உணர்த்தும் விதமாக கோயில் களில் நான்கு ராஜகோபுர வழி உண்டு. இதில் எது உங்களுக்கு ஏற்றதோ அதில் உள் நுழைந்து இறைவனை தாம் அடையலாம்.

ஒன்றுக்கு மற்றொன்று எவ்விதத்திலும் குறைவு இல்லை என்பதை நாம் உணர வேண்டும். இதே போல் கருவறையின் மீதுள்ள கோபுரம் சற்று உயரம் குறைந்து இருக்கும். இதற்கு விமான கோபுரம் என்று பெயர். ராஜகோபுரம் நான்குடன் சேர்த்து மொத்த மாக ஐந்து கோபுரம் உள்ளது. இவை நம் உடல் மூலம் வெளிப்படும் நம்மை வழிநடத்தும் ஐம்புலன்களையும் குறிக்கும் என்றும் ஒரு கருத்து உண்டு. கண், மூக்கு, செவி, வாய்... உணர்தல் மூலமாக ஐம்புலன்களை சரியான முறையில் இயக்கினால் நாம் இறைவனை அடையலாம் என்கிற கோணத்திலும் கோபுரம் குறிப்பிடப்படு கின்றது. ஆக கோபுரம் என்பது ஐம்புலன்களை முறைப்படுத்தி

நான்கு மார்க்கங்களில் எதன் மூலம் இறையை அடையலாம் என உணர்த்துகிறது.

திருக்கோயிலின் வெளிப்பகுதியில் பார்த்தால் உயர உயர நிற்கும் சுற்றுச்சுவர் (மதில்) இருக்கும், இது உள்ளே இருக்கும் பக்தர்கள் வெளியில் இருக்கும் எதையும் பார்க்காவண்ணம் உயர்ந்து நிற்கும். ஆலயத்தின் உள் வந்தால் வேறு புற காட்சிகளால் எண்ண சிதறல் அடையாமல் அவர்களின் மனதை ஆலயத்தின் உள்ளாக ஒரு நிலைப்படுத்த அமைத்தது. மதில் சுவரில் பார்த்தால் எல்லா ஆலயத்திலும் செங்குத்து வாக்கில் வெள்ளை நிறக்கோடு பின் சிவப்பு நிறக்கோடு என மாறி மாறி முழுமையும் வண்ணம் பூசப்பட்டு இருப்பதை காணலாம். இதன் குறிப்பு என்ன என்றால் உயிர்களின் உற்பத்தி, உலக பரிணாம நகர்வு என்பது இன பெருக்க நிகழ்வு மூலமே நடைபெறும். அதை குறிக்கும் விதமாக வெண்ணிறம் - ஆணின் விந்து சக்தியையும், சிவப்பு நிறம் - சுரோனிதம் எனும் பெண்ணின் சக்தியையும் குறிக்கும். ஆக ஆண், பெண் உயிர் உருவாக்க சக்தியின் மூலமே உயிர்கள் இவ்வுலகில் பிறப்பு பெருகின்றது என்பதை உணர்த்தும் தத்துவமாகும்.

ராஜ கோபுரங்களில் நீங்கள் பார்த்தால் தெரியும் குழந்தை குட்டிகள், அழகிய பெண் சிற்பங்கள், விலங்குகள் சிற்பங்கள் மற்றும் ஆண் - பெண் தாம்பத்தியம் (உடலுறவு) கொள்ளும் விதமான சிற்பங்கள் அமைந்து இருக்கும். தெய்வ சன்னிதானத்தில் இப்படிப்பட்ட சிற்பங்கள் ஏன் என்பதை அனைவரும் யோசித்து இருப்பீர்கள். ஒரு சிலருக்கு இது எரிச்சல் ஊட்டும் விதமாக அமையவும் செய்யலாம். இதன் பொருள் ராஜா கோபுர சிற்பங்கள் மனித வாழ்வின் புற இன்பங்களை இவ்வுலக வாழ்வியலுக்கு தேவையான இன்பங்களை வழங்கும் இந்த செய்கைகள் மூலம் சுகங்களை பெற்று அதை அனுபவித்து அதில் திருப்தி பெற்று அதை கடந்து அதன் பின் இறையை பற்று என்பதை உணர்த்தும். காரணம் என்னவெனில் இவற்றில் ஏதாவது குறைகளுடன் இறையை பற்றும் முயற்சி எடுக்கும்போது மீண்டும் ஐம்புலன்களின் அலைக்கழிப்பாலும், உணர்வு தூண்டலாலும் இறையை பற்ற முடியாமல் சிக்கிக் கொண்டு தவிக்கின்றனர்.

ஆக உடல் இன்பததை கட்டுப்படுத்தாதே (அடக்காதே) அதை முழுவற உணர்ந்து அனுபவித்து பின் அதை கடந்தால் சின்ன இன்பமான (சிற்றின்பம்) வாழ்வியல் மூலம் நீ இறை எனும் பேரின்பத்தை தடையின்றி பற்றலாம் என்னும் தத்துவமே இதுவாகும். அப்படியே உள்ளே வந்தோம் என்றால் உயர்ந்த கொடிமரம் இருப்பதை நாம் பார்க்க முடிகிறது. இந்த கொடிமரம் நம் உடலின் அங்கமான முதுகு தண்டை குறிக்கும் அமைப்பு. எப்படி முதுகு தண்டு கணுக்களாக இணைந்து உள்ளதோ, அதே போல் கொடிமரமும் கணுகணுவாக அமைந்து இருக்கும்.

திருவிழா காலம் அல்லது முக்கிய நாட்களில் ஆலயத்தில் கொடி யேற்றம் நடைபெறும். இது எதை குறிக்கின்றது என்றால் மனித உடலில் உள்ள குண்டலினி சக்தியானது யோக பயிற்சி மூலமும், தியானம் மூலம் முதுகு தண்டு வழியாக ஏழுச் சக்கரத்தை தூண்டி சூரிய நிலை எனும் இறைநிலையை அடைவதை காட்டும். ஆக கொடியேற்றம் என்பது குண்டலினி சக்தியை மேலெழுப்பி மூலாதாரம் முதல் ஆக்னியா வரை பலப்படுத்தி அதன் மேல் துரிய நிலைக்கு கொண்டு செல்வதாகும். கோயிலின் உள்கோபுர (விமான) கலசத்தின் ஆற்றலும் இந்த கொடி மரம் மூலமே ஆலயத்தின் உள்ளாக நிலை நிறுத்தப்படுகிறது.

கொடிமரம் முன்பு நின்று கோபுரத்தை பார்த்தபடி கைகளை மேலே உயர்த்தி வணங்கியபடி நாம் நெடுஞ்சாண் கிடையாக மார்பும், நெற்றியும் தரையில் பட விழுந்து வணங்குகிறோம். பலி பீடத்தின் அருகில் நின்று இந்த பலிபீடம் என்பது நாம் சிலவற்றை இழந்தால் தான் இறையை அடைய முடியும் என்பதை உணர்த்தும் குறியீடு ஆகும். பலியிடல் அவசியம் எதை விலங்குகளை அல்ல; நம் மனதின் விலங்குகளை பலியிட வேண்டும். அது என்ன மன விலங்குகள் என்றால், நாம் இவ்வுலகில் உதித்தவுடன் இன்னார் மகன் எனவும், பின்ன வளர வளர நான் இன்ன படிப்பு, நான் இப்படிப்பட்ட அறிவாளி, நான் இப்படி பெரிய பதவியுள்ளவன், நான் பணக்காரன், நான் அழகானவன், நான் உயர்வான சாதி என பிறப்பு முதல் ஆலய வழிபாடு வரை நான், நான், நான்... என்று உங்களுக்கு நீங்கள் ஒரு வரையறையை வைத்துக் கொண்டு ஒரு பலுவை தூக்கி சுமந்து நிற்கிறீர்களே அவை அனைத்தையும் போட்டு உடைத்து பலியிட வேண்டும். அப்போது தான் உங்களுக்கு (கீழாக நிற்கும்) மேலாக உள்ள அந்த பரம்பொருள் தரிசனமும் அடையும் மார்க்கமும் கிட்டும். இதை விடாத வரை உங்களுக்கு மேலான பரம் பொருளின் இன்பம் கிட்டாது என்பதை உணர வேண்டும்.

உள்ளே இருக்கும் கருவறை என்பது தாயின் கருவறையை குறிக்கும். இந்த உலகின் புண்ணிய தலம் என பலர் எதை, எதையோ தேடி சென்று கொண்டு உள்ளனர். ஆனால் உயிர்கள் உதித்து உருபெறும் ஒரு தாயின் கருவறையே இவ்வுலகின் புனிதத்தின் உச்சமாகும். அதை தாண்டிய ஒரு புனித இடத்தை நம்மால் காண இயலாது. ஆகையால் தான் விழா பூண்ட காலங்களின் போதுகூட ஆலயம் முழுக்கவும் வண்ண விளக்குகளால் சிறப்பான காட்சி தந்தாலும் கூட கருவறையாகி இறைவன் வீற்றிருக்கும் அந்த குறிப்பிட்ட இடம் என்பது இருள் சூழ்ந்த நிலையில் மட்டுமே இருக்கும்.

கருவறையின் உள்ளே இருக்கும் இறைவன் நம் இதயமாக பாவிக்கப் படுகிறார். ஆகையால் தான் ஆலயத்தின் நடுமைய நேர்கோட்டில் இருந்து தெய்வ சிலை சற்று இடது பக்கமாக அமைந்த வண்ணம் இருக்கும். காரணம் நம் உடலின் இடது பாகத்தில் இதயம் உள்ளது. என்பதால் தான்.

அனைத்து இறை திருமேனி கொண்ட சன்னதிகளுக்கு முன்பும் பார்த்தோம் என்றால் ஒரு வாகனம் அமைக்கப்பட்டிருக்கும். உதாரணமாக சிவன் என்றால் நந்தி வாகனம், சக்தி என்றால் சிம்ம வாகனம், முருகன் மயில், பிள்ளையார் எலி, மகாவிஷ்ணு கருடன்... இதன் தாத்பரியம் என்னவெனில் இறைவன் நமக்கு உயிராக (ஆன்மாவாக) இருக்கிறான். அந்த ஆன்மா இவ்வுலகில் பிறப்பு முதல் இறப்பு வரை பயணிக்க, காரியம் புரிய அதற்கு ஒரு ஊடகம் தேவை. அந்த ஊடகம் (வாகனம் தான்) நம் உடல் இதை குறிக்கும் விதமாகவே இறைவனின் ஆலயத்தில் வாகனங்கள் அமைக்கப்படு கின்றது.

(உயிர் - இறைவன், வாகனம் - உடல்). அன்பு மனங்களே கருவறை யின் கட்டுமானம் என்பது அடித்தளம், சுவர்பகுதி, கண்டவரிகள், ஒருநிலை விமானம், இருநிலை விமானம் என அமையும். அதன் மேல் மனித உடலை பாதம், தொடை, மார்பு, தலை என நின்ற கோலமாக பொருத்தி மேலே உள்ள கலசங்கள் எப்படி பிரபஞ்ச ஆற்றலை ஈர்த்து தருகிறதோ அதே போல் மனித உச்சந்தலை மூலம் ஆற்றல் மனித உடலுக்கு பரவுகின்றது என்பதை உணர்த்தும் விதமாக அமைக்கப்பட்டுள்ளது. அதன் பின் உள்ளே இருக்கும் இறைவன் திருமேனி (உருவம், அருவம்) இரண்டு முறையிலும் இருக்கும். உதாரணமாக - பிள்ளையார், முருகர், அம்பாள்... இவர்கள் உருவம், சிவலிங்கம் அருவம் எனும் அமைப்பில் உள்ளது.

லிங்கத் திருமேனி என்பது வெட்ட வெளியையும், உலக இயக்க உயிர்கள் பிறப்பை குறிக்கும் இரண்டு நிலையிலும் குறிப்பிடப் படுகிறது.

நிலை - 1 :

நாம் இந்த பூமியில் எங்கு நின்று கொண்டு அப்படியே அண்ணார்ந்து மேலே பார்த்தால் எல்லையற்று பரந்து விரிந்த வான்வெளி அப்படியே வளைந்து ஒரு இடத்தில் பூமியை தொடுவது போல் தோற்றமளிக்கும். 360 டிகிரியிலும் அதே போல் பூமியில் நின்று எப்படி சுற்றிப் பார்த்தாலும் நம் தரை நிலப்பகுதி வட்டமாகத்தான் காட்சி தரும். இதை இரண்டையும் இணைக்கும் தோற்றமே சிவலிங்கம்.

நிலை - 2:

உடல் ரீதியாக உலக நகர்வு ஏற்பட இனப்பெருக்க அமைப்பான தாம்பத்திய நிலையை குறிக்கும், உயிர் உற்பத்திக்கான நிலையை குறிக்கும். இதில் லிங்கம் என்பது ஆண், ஆவுடையார் என்பது பெண் யோனியாகவும் அதன் இணைப்பு உயிர்நீர் கருவறை (கருப்பை) அடைவதாகவும் சிவலிங்க தோற்றம் அமைக்கப்பட்டு இருக்கும்.

அன்பு மனங்களே இவ்வாறாகதான் இன்னும் பல தகவல்கள் கோயில் கட்டுமானத்தில் உள்ளது. விமானத்தின் மீது உள்ள கலசங்கள் பஞ்ச உலோகங்களால் உருவாக்கப்பட்டு இருக்கும். அதுதான் பிரபஞ்ச ஆற்றலை இழுத்து சுருக்கி ஆலயத்தினுள் வழங்கும். அந்த ஆற்றல்தான் நம் எண்ண அலைகளை பலப்படுத்தி நம் வேண்டுதல்களை நிறைவேற்ற துணை புரியும் முக்கிய அம்சமாக அமைகிறது என்பதை நாம் உணர வேண்டும். அந்த காந்த ஆற்றல் (பிரபஞ்சம் முழுமையும் வியாபித்தது) ஈர்த்து ஒரே இடத்தில் குவிக்கும்போது இந்த இடம் இயல்பான இடங்களை விட அதிக நல்ஆற்றல் பொருந்திய இடமாக திகழ்கிறது எனலாம். உண்மையை புரியும்படியாக சொன்னால் இந்த புவி பரப்பின் சக்தி (ஆற்றல்) மையமாக திகழ்பவை இந்த ஆலயங்களே.

அன்பு உள்ளங்களே ஆலய கட்டமைப்பு அனைத்துமே நம் வாழ்வியலை சுட்டிக்காட்டும் ஒரு பாடசாலை. இதெல்லாம் உமது வாழ்வின் தாத்பரியங்கள் என்னும் செய்திகளை கூறும் ஒரு வாழ்வியல் பெட்டகம் என்பதை உணர வேண்டும். இதில் சக்தி, ஆற்றல் என்று பெரிதாக ஒன்றும் இல்லை பிரபஞ்ச ஆற்றல் அந்த ஆலயத்தில் பிரவாகமாக அமைந்து நிலைபெறும் வண்ணமாக வாஸ்து அமைப்புகள் மூலம் கட்டப்படும் ஒரு கட்டிடம் அவ்வளவு தான்.

இந்த கட்டிடம் எப்போது இறைவன் வசிக்கும் மகத்தான இடமாக மாறுகின்றது என்றால், நம் ஆகம - வேதங்களின்படியாக கும்பாபிஷேகம் எனும் திருக்குட நன்நீராட்டு விழா என்பது நடைபெற்ற பின்புதான் என்பதை சொல்கிறது. ஆகையால் ஆகம விதிப்படி ஆலய கட்டுமானம் எழுப்பப்பட்டு அந்த உடலுக்கு (கோயிலுக்கு) கும்பாபிஷேகம் நடத்தும்போது அது உயிர் பெற்று சக்தி மையமாகவும், ஆற்றலின் பிரவாக பெருங்கடலாகவும் மாற்றம் பெருகிறது. ஆகையால் கும்பாபிஷேகம் என்றால் என்ன? ஏன் செய்கிறார்கள்? எப்படி செய்கிறார்கள் என்பதை நாம் தெரிந்து கொண்டார் மனம் சார் புரிதல் நமக்கு இன்னும் கூடுதலாக கிடைக்கும்.

அன்பர்களே நீங்கள் நினைக்கலாம் ஆன்மீகத்தில் மனம் என தலைப்பை போட்டு விட்டு யோகி என்ன கோயில் கட்டுமானம், கும்பாபிஷேகம் என ஆலயத் திருப்பணி பற்றியே கூறுகிறார். இங்கு எதிலும் மனம் பற்றி வருவதாகவே எனக்கு தென்படவில்லையே என நினைக்கலாம். ஆம் இதுவரை இத்தலைப்பில் மனம் பற்றி நான் குறிப்பிடவில்லை. ஆனால் ஆலய திருப்பணி முதல் அந்த ஆலயம் வழிபாட்டுக்கு வந்து வழிப்பட்டு மக்கள் பயன் பெறும் நிலைவரை உள்ளே என்ன நடக்கிறது என்பதை நீங்கள் அறிந்தால்தான் உண்மையில் ஆன்மீகத்தில் பக்தி மார்க்க உயிர்நாடி மனம் தான் என்பதை ஆக்கபூர்வமாக உணர முடியும். ஏனென்றால் பக்தி மார்க்கத்தினை பொருத்தமட்டிலும் 99% மக்கள் ஆலய வழி பாட்டில் நம்பிக்கை கொண்டு அதில் நாட்டம் காட்டி ஈடுபட்டு வருகின்றனர்.

ஆக ஆலய வழிப்பாட்டின் உண்மை நிலையை அறிய இக் கருத்துக்களை நான் பதிவிட வேண்டியது அவசியமாகிறது. ஆக தொடர்ந்து நாம் கும்பாபிஷேகம் என்ன என்பதையும், அதில் எப்படி ஒரு கட்டிடம் கோயிலாகவும், ஒரு கருங்கல் இறைவனாக வும் மாறுகின்றது என்பதனை நாம் விரிவாக பார்க்கவிருக்கிறோம். அன்பர்களே இந்த கும்ப அபிஷேகம் என்பதும் பாவித்தல் (கருதிக் கொள்ளல்) என்பதன் அடிப்படையிலேயே நடைபெறுகிறது.

கும்பாபிஷேகம் என்பது கும்ப கலசங்களை கொண்டு மந்திர உச்சாடணங்கள் மூலம் இறைவனை அபிஷேகம் செய்தல் ஆகும். இது இறைவனை ஆலயத்தினுள் எழுந்தருளச் செய்யும் ஒரு அறிய பெரும் செயல். ஆலய கட்டுமானங்கள் நிறைவு பெற்றவுடன் ஒரு நல்ல தெய்வ பிரதிஷ்டை நாள் பார்த்து தெய்வ சிலைகளை அதன் பீடத்தில் அமர்த்தி அதன் மீது கும்ப கலச நீரினை ஊற்றுவது ஆகும். இந்த கும்ப நீர் எவ்வாறு தெய்வத்தன்மை பெருகிறது என்பது தான் இந்நிகழ்வின் மூல மகத்துவமாகிறது. இதில் அனேக செயல்பாடுகள் இருக்கிறது. நாம் முக்கிய நிகழ்வுகளை மட்டும் பார்க்கலாம்.

கட்டுமானம் நிறைவு பெற்ற ஆலயத்தில் கும்பாபிசேஷ நாள் குறித்து 5 அல்லது 3 அல்லது 2 என அவரவர் வசதிக்கு ஏற்ப யாகங்கள் (வேள்விகளை) நிகழ்த்துவர். ஆலயத்தின் அருகாமையில் முதலில் வேள்வி சாலை ஒன்று நிர்மானிப்பர். அதிக யாக குண்டங்கள் (என்கோணம், ஐங்கோணம், வட்டம்...) என விதிகளின்படி குண்டங்கள் அமைக்கப்படும். அவ்வாறு அமையும் அந்த குண்டங் களின் முன்பாக சற்று உயர்வான பீடங்களை அமர்த்துவர். அதில் அது எந்த தெய்வ கலசத்த சுமக்க உள்ளதோ அதன் உருவம்/குறியீடு களை வரைந்து வைப்பர். இந்த பீடத்தின் மீது கலச குடங்கள் அமர்த்தப்பட்டு அதில் நீர், சில மூலிகை பொருட்கள் வைக்கப்படும். அந்த கலசங்கள் மீது மாவிலை வைத்து தேங்காயால் மூடப்படும். பின் எந்த தெய்வத்திற்கான கலசமோ அந்த தெய்வத்தின் அலங்கார அமைப்புகள் இந்த கலசத்திற்கு செய்யப்பட்டு வைக்கப்படும்.

பின்பு குறித்த முகூர்த்தத்தில் யாகம் (வேள்வி) தொடங்கப்படும். இந்த யாகம் நடைபெற்று நிறைவு பெறும் போதுதான் கலசநீர்

இறைநிலையை பெறுகின்றது. எப்படி இந்த கலச நீர் இறை ஆற்றல் பெருகிறது என்றால் யாக வேள்வி தீயினை மூட்டி சில கிரியைகளை செய்து வேதியர்கள் மந்திர உச்சாடணங்கள் செய்து இறைவனை கலச நீரில் எழுந்து அருளும்படி இறைவனிடம் விண்ணப்பம் வைத்து வேண்டுவர்.

முதலில் இறைவன் இந்து புவியியல் பஞ்சபூதமாக உள்ளார். பஞ்சபூதம் அல்லாத ஒன்று இவ்வுலகில் எதுவும் இல்லை எனலாம். ஆக அப்படி இருக்கும் பூமியில் இறைவன் பஞ்சபூதம் மூலமாகவே நம்மை இயக்கி செயல்படுத்துகிறான். அப்படிப்பட்ட அந்த ஐந்து பூதங்களே சர்வ வல்லமை பெற்றதாக அமைகிறது. அவை நிலம், நீர், காற்று, தீ, ஆகாயம் என்பதாகும். இதில் பக்தி மார்க்க அடிப்படையில் இதுவரை நாம் செய்யும் எல்லா வழிபாடும் இந்து மதத்தில் இந்த ஐம்பூதத்தை போற்றியே அமையும் என்பதை உணர லாம். உதாரணமாக தைதிருநாள் விவசாயம் (மண்) சூரியன் இவர் களை வணங்கியும், சில பண்டிகைகள் நீர்நிலையை வணங்கியும் அமையும்.

ஆகையால் பஞ்சபூதங்கள் சகலமும் என நாம் உணரணும். இப்போது வேள்வி வேளையிலே வேதியர்கள் இறைவன் ஆகாயத்தி லிருந்து இறங்கி வருவதாக பாவித்து பூசை முறைகளையும், மந்திர

உச்சாடணங்களையும், பிரார்த்தனையும் செய்வார்கள். அவ்வா றாகவே இறையாற்றல் ஆலயத்தில் நிலைநிறுத்தப்படும்.

முதலில் வானத்து இறைவனை மந்திரங்கள் ஓதி ஆகாய தத்துவத்திலிருந்து வேண்டி காற்று தத்துவத்தில் இறங்கி வரும்படி அழைப்பர். இவர்கள் வேண்டுதலை ஏற்று இறைவனும் ஆலயத்தி லிருந்து காற்று தத்துவத்தில் கலந்து நிலைபெறுவதாக நம்புவர் பின் தற்போது காற்றில் உள்ள இறைவனை படி, மந்திரங்கள் ஓதி சில கிரியை, பீஜ மந்திரங்கள் (ஒலி அதிர்வு மிக்கவை) சொல்லி அவரை மீண்டும் பிரபஞ்சத்தில் வியாபித்த இறையை காற்று தத்துவத்தி லிருந்து யாக சாலையினுள் உள்ள குண்டடங்களில் சுடர் விடும் தீயினுள் நெருப்பு தத்துவமாக நிலைபெற்று எழுந்து அருளும்படி செய்வார்கள். இறைவனை பரந்து விரிந்த வினை முதலில் யாக சாலைக்கு உள்ளாகவும், அதுவும் அந்த யாக குண்ட நெருப்புக்கு உள்ளாகவும் இறைவனை சுருக்கி வரவழைத்து நெருப்பில் எழுந்தருள செய்வார்கள். இப்போது நெருப்பு ஓங்கி எரியும். எந்த தெய்வத்தை நோக்கிய வேள்வியே அந்த தெய்வம் அந்த வேள்வியை ஏற்று குண்ட நெருப்பில் நிலைபெறுவதாகும். அவ்வாறு நிலை பெறும்போது அந்த தெய்வ உருவ சிலையின் சாயலில் நெருப்பு எரியும். இப்போது இறைவன் யாக குண்ட நெருப்பில் வந்து விட்டார். (இந்த யாக குண்டங்களில் போடப்படும் கட்டைகள் மூலிகை குணம் மிக்கவை. ஆக அந்த புகையை சுவாசிப்பது என்பது மிக சிறப்பான ஆரோக்கிய நலனை தரும் எனலாம்) இப்போது வேதியர்கள் வேண்டுதலை ஏற்று வேள்வி தீயில் வந்து எழுந்தருளிய இறைவனை ஆகுதி, பூரண ஆகுதி (இறைவனின் உணவு) இட்டு அவரை திருப்திபடுத்தி சாந்தம் செய்வதாகவும் அவ்வாறு சாந்தம் பெற்ற இறையை அருகில் உள்ள கலச நீரில் சென்று குடிகொள்ளும் படியும் எண்ண அலைகளை வெளிப்படுத்தி மந்தி உச்சாடணங்கள் செய்து இறைவனை கலச நீரில் எழுந்தருள செய்வதாக ஐதீகங்கள் உள்ளது.

இப்போது இறைவன் நீர் தத்துவத்துள் நிலைப்பெற்று சாந்த நிலைப்பெற்று அமர்ந்துள்ளார். இப்போது இந்த கலச குடங்கள் இறை திருமேனியாக மாறுகின்றது. உள்ளே உள்ள நீர் கங்கையை

விடபல மடங்கு புனித நீராக மாற்றம் பெற்று இறைநிலையை உணர்த்திய நீராக மாறுகின்றது.

இப்போது இந்த கலச பூஜைகள் செய்து மந்திரம் ஓதி இறை ஆற்றலை அதிக பலப்படும்படி உருவேற்றுவர். பின்பு, இறுதியாக கும்பாபிஷேக நாளின் காலை முகூர்த்த நேரத்தில் நீரில் நிலைபெற்று உள்ள இறைவனை தெய்வ பிரதிஷ்டை செய்வார்கள். செம்பு கம்பிகள் அல்லது தர்ப்பை கொடி இவற்றை கலசத்தையும் தெய்வ சிலைகளையும் இணைக்கும்படி சுற்றி அமைத்து இறைவனை ஒளி, ஒலி எழுப்பி மந்திர உச்சாடனம் செய்து வேள்வி சாலையில் இருந்து திருக்கோயிலின் உள்ளாக உள்ள கருவறைக்கு கொண்டு சென்று இறை திருமேனியில் (சிலையில்) இறைவனை நிலைபெறும்படி வேண்டுவர். பின்பு குறித்த நேரத்தில் கலசங்களை மங்கலம் ஓசைகள், மந்திர ஓசைகள் முழங்க விமான கலச கோபுரம் மீது அந்த நீரை ஊற்றியும், பின் கருவறையில் உள்ள சிலையில் ஊற்றியும் பூஜிப்பர். இப்போது நீரில் இருந்து இறைவன் மண் தத்துவமாகிய சிலைக்கு வந்ததாக பாவித்து கொள்வர்.

இப்பொழுது இறைவன் சிலையில் எழுந்தருளி பக்தர்களுக்கு அருள் பாலிப்பதாக நம்பிக்கை உண்டு. பின் மண்டல அபிஷேகம் என்று 48 நாட்கள் இறைவன் இப்பொழுதுதான் பிறந்துள்ளார். அவர் குழந்தை பருவம் முதலாகி வளர்த்து நிற்கும்படியாக இந்த பூசை 48 தினங்கள் செய்யப்படுகிறது. ஆக அன்பர்களே இந்த கும்பாபிஷேக நிகழ்வின் போது கூறிய மந்திரம், பீஜம், பாடல் வேள்வி அனைத்தின் போதும் வேதியர்கள் கூட்டாக மனம் உருகி இறைவனை ஒரு மனதாக அழைப்பர். பின்பு வந்துவிட்டதாக நம்பி தன் நேர்மறை ஆற்றலை பஞ்ச பூதங்களில் எண்ணமாக பதிய வைப்பர். இந்த நிகழ்வின் உயிர்நாடியே மனம் தான் நம்பிக்கை இன்றியோ, அல்லது மனம் ஒருநிலை படாமலோ என்ன மந்திரம் உச்சரித்தாலும் அந்த இறை ஆற்றல் ஏற்படும் அதிர்வு அந்த ஆலயத்தில் ஏற்படாது. இறை எண்ண அலையை பஞ்சபூதம் மூலம் உருவேற்றிடும் நிகழ்வே அந்த கும்பாபிஷேகம் ஆகும். இதில் மன ஒருமைப்பாடு இன்றியோ அல்லது வேறு சிந்தனை சிதறல் கொண்டோ வேதியர் பூஜை செய்வாரானால் இறை பரிமாற்றம் என்பது 100% சாத்தியம் அற்றது

என்பதை நீங்கள் உணர்ந்து கொள்ளுங்கள். ஆக மனமே இப்பேர்பட்ட பிரம்மாண்ட கட்டிடத்திற்கு கோயில் என்னும் அந்தஸ்தை வழங்குகிறது என்பதை நாம் உணர வேண்டும்.

இப்போது ஆலயம் பக்தர்களின் நம்பிக்கைக்குரிய இடம் ஆகிறது. ஆக அந்த நம்பிக்கை எண்ண அலைகளும், கலசத்தால் ஈர்க்கட்டும். பிரபஞ்ச ஆற்றலும் இணைந்து பக்தர்களின் வழிபாட்டில் வேண்டுதல்களை நிறைவேற்றும் இடமாக மாறுகின்றது என்பதை நாம் உணர வேண்டும். இதில் மன எண்ணம், நம்பிக்கை ஒன்றுபடவில்லை என்றால் பிரபஞ்ச ஆற்றல் பிரவாகமாக பாய்ந்தாலும் நமக்கு அது பலன் தராது. ஆக பக்தி மார்க்கத்தை பொருத்த மட்டிலும் அன்பர்களே மனம் என்று ஒன்று இல்லாமல் இறைவன் என ஒருவரே சாத்தியமற்றவர் என்பதே உண்மை. இப்போது ஆலயம் எழுப்பி, கும்பாபிசேகம் நடந்து வழிப்பாட்டுக்கான இடமாக ஆலயம் மாறிய பின், வழிபாடுகளின் தாத்பரியம் என்ன எப்படி வழிபட வேண்டும் என சொல்லப்படும் விதிகள் பலன் தருமா, வழிபாடுகள் நமக்கு சொல்லும் செய்தி என்ன? வழிபாட்டில் விதிகள் முக்கியமா? இப்புவி வாழ்வில் நம் வேண்டுதலை பெற்று தரும் இடமா இந்த ஆலயம் அல்லது நம் முக்திக்கு வழிகாட்டும் குரு மடமா ஆலயம் என்பதை நாம் விரிவாக பார்ப்போம். இதுவே இந்த

தலைப்பின் முக்கிய கரு என்பதால் சற்று கவனத்துடன் உணர்ந்து பாருங்கள்.

அன்பு மனங்களே இன்றளவில் ஆன்மீகம் குறிப்பாக பக்தி மார்க்கத்தில் உள்ள இந்த ஆலய வழிபாடு என்பது பெரும்பான்மை மக்களால் திசைமாறி வேண்டுதல்களை வைத்து செல்லும் இடமாக மாறிவிட்டது. ஆம் ஆனால் இதற்கும் ஆன்மீகத்திற்கும் எந்த தொடர்பும் இல்லை என்பதே உண்மையாகிறது. அன்பர்களே தற்சமயம் கோவிலுக்கு வருபவர்களில் 99% பேர் வீடு, வாகனம், சொத்து, வேலை, தொழில், பணம், நோய்தீர்தல், கடன் தீர்தல், உறவு சிக்கல் தீர்தல், பெயர், புகழ் என ஒரு மூட்டை வேண்டுதல் களை சுமந்த வண்ணம் இறைவனிடம் முறையிட வருகின்றனர். இவற்றை ஆலயங்கள் நிறைவு செய்யுமா என்றால் நிச்சயம் செய்யும் என்பதில் மாற்றம் இல்லை என்பதை நீ உணர வேண்டும். ஆம் மனமே அது நிச்சயம் நிறைவு செய்யப்படும். இப்போது பலருக்கும் கேள்வி எழும் அப்படியானால் கோவில் செல்வர் எவரானாலும் அவர்கட்கு வேண்டியது கிடைக்கும் எனில், கோயில் செல்லும் மக்கள் அனைவரும் இன்புற்று மட்டுமே இருக்க வேண்டும் அல்லவா, அவர்களுக்கு குறை என்றே ஒன்று வரக்கூடாது. ஒருவேளை வந்தாலும் வேண்டுதல் மூலம் அவற்றை விரைந்து சரிசெய்து விடலாமே இல்லையா, அப்படியிருக்க இவ்வுலகில் நிகழ்வதை கண் விரித்து பாருங்கள் அனைத்தும் முரண்பாடு.

ஒருவன் கோபுரத்தில், இன்னொருவன் குப்பையில், ஒருவன் வீட்டில், இன்னொருவன் வீதியில், ஒருவன் அரசனாக, இன்னொரு வன் ஆண்டியாக, ஒருவன் வாய்க்கு ருசியான உணவுடன், இன்னொருவன் ஒருவேளை உணவுக்கும் கையேந்தும் பட்டினி (பசி) நிலையில், ஒருவன் குளிர்ந்த அறையில் வேலை செய்கையில் ஒருவன் வேகாத வெயிலிலும் உழைக்க வேண்டிய கட்டாயம், ஒருவன் ஆரோக்கியமாக இருக்க, இன்னொருவன் பிணியால் துன்பத்தில் வாடுகிறான். ஒருவருக்கு நல்துணை இருக்க சிலருக்கு மனவாழ்வே கேள்விக்குறியாக அமைகிறது, ஒரு சாரர் உறவுகள் சூழ, ஒரு சாரார் ஆதரவு இன்றி கருணை கரங்களை எதிர்நோக்கி,

ஒருவன் உயர்ந்தும், ஒருவன் தாழ்ந்தும் என ஏன், ஏன், ஏன் இத்தனை பெரும் ஏற்றத்தாழ்வு இங்கு நிலவுகிறது என மனமே நீ சிந்தித்தது உண்டா? நாம் மேற்சொன்ன ஆலய வழிப்பாட்டு வேண்டுதல்களை இறைவன் ஏற்பார் அனைத்தும் நடக்கும், வேண்டியது கிடைக்கும் என்பது பொய் என்று இப்போது உனக்கு தோன்றுகிறதா? அல்லது ஒரு சாரார் நாங்கள் இறைவனை வழிபடுகிறோம், நன்மைகள் நடக்கிறது என் வாழ்வை மாற்றியது, இந்த கோயில் சென்றபின் தான் என் வாழ்வில் திருப்பம் வந்தது, இன்னும் சிலர் இந்த தெய்வம் தான் எனக்கு எல்லாமே என் வாழ்வில் எல்லாவற்றையும் தந்து என் துன்ப காலங்களில் எனக்கு துணையாய் நின்று என் வேண்டுதலை நிறை வேற்றி தந்தது என நம் கண் முன்னே நடக்கும் மாயாஜாலங்களை பார்க்கும்போது இது எல்லாம் உண்மைதான் என்றும் தோன்று கிறதா?

மனமே உன்னை நினைத்தால் எனக்கே கஷ்டமாகத்தான் உள்ளது. இரண்டு இரண்டு பக்கம் நடைபெற ஒன்றை சரியென்றும், மற்றொன்றை தவறென்றும் புறம் தள்ளவும் முடியாமல் தவிப்பும் வருவதை என்னால் உணர முடிகிறது எனில் நம்பி வழிப்பட்டு முழு மனதோடு வழிப்பட்டால் கிடைக்கும், நம்பிக்கை குறைவாகவோ அல்லது நம்பிக்கை இன்றியோ வழிப்பட்டால் கிடைக்காது எனவும் கொள்ளலாமா அது சரியாக இருக்கும் இல்லையா மனமே. ஆம் இருக்கலாம் என நினைக்கிறாய் அல்லவா? அப்படியெனில் இதை சற்று கேள், சிலர் வழிபடும் போது மனம் ஒன்றி கடும் நம்பிக்கை கொண்டு தனக்கு பிடித்த ஆலயத்தில் வழிப்பட்டு அவர்களுக்கு அந்த வேண்டுதல் நிறைவேறுகிறது. அதனால் அந்த ஆலயமும், அந்த தெய்வமும் அவர்களின் பிரதான இஷ்ட தெய்வமாக மாறுகின்றது. அந்த ஆலய வழிபாடு அவர்களின் அங்கமாக வாழ்வில் மாற்றம் பெருகின்றது. அவர்கள் அதை இறுக பிடித்து வாழ்வில் நகர்கின்றன. இது உண்மைதான் அப்படி சற்று இப்படி பார்த்தா பல ஆலயங்கள் பக்தர்களின் குவியலாக உள்ளது. பரம நம்பிக்கையுடன் வழிபாடு செய்தும், கடும் விரதங்கள் மேற்கொண்டும் அசைக்க முடியாத நம்பிக்கை பெற்றும் பலர் வழிபாடு செய்கின்றனர். ஆனாலும் தன் குறை தீர்ந்தபாடில்லை என கண் கலங்கும் நபரையும், போகாத

கோவில் இல்லை, கும்பிடாத சாமி இல்லை, இருக்காத விரதம் இல்லை என புலம்பும் ஒரு சாரரையும் பார் இப்போ உனக்குள் எழும் எண்ணம் என்ன இவர்களும் அவர்களுக்கு நிகராக நம்பிக்கை கொண்டே வேண்டுதல் வைத்தனர், ஆனாலும் எதுவும் நடக்க இல்லையே என்னவென்று சொல்வது இதை மனமே, என்ன என்பது இந்த விந்தையை? சரி இது இரண்டும் ஒரு புறம் இருக்க இன்னொரு தரப்பையும் உரைக்கிறேன் உவந்து கேள் மனமே.

ஒரு சிலர் வாழ்வின் விளிம்பு நிலையில் பிறந்து கடும் துன்பங் களை பட்டு வருவர். அவர்கள் நீண்ட காலம் பெரிதாக ஆலயம் சென்று இருக்க மாட்டார்கள். ஆனால் எதேச்சையாக (எதிர் பாராமல்) யாராவது சொல்லியோ அல்லது யாருடனோவதோ அல்லது சும்மாவாகவோ கோயில்/ஜீவசமாதி போன்ற வழிப்பாட்டு தலங்களுக்கு செல்வார்கள். அதன்பின் அவர்களின் வாழ்வில் வசந்தம் வீச ஆரம்பிக்கும், நிதான வளர்ச்சி பெறுவார்கள். ஆக அந்த குறிப்பிட்ட தெய்வம்/ஆலயம் மீது நம்பிக்கை கூடி தொடர் பக்தராக அந்த ஆலயத்திற்கு அடிக்கடி வர ஆரம்பித்து விடுவர். அந்த ஆலயமே அவர்களின் நம்பிக்கைக்கு உரிய இடமாக இருக்கும்.

ஒரு சாரார் வாழ்வில் செல்வ செழிப்பு, சுகபோக வாழ்வு என சகலமும் நன்றாக இருக்கும். இந்த தெய்வம் தான் எங்களுக்கு துணையாக உள்ளது என தீவிர நம்பிக்கையுடன் இருப்பார்கள். ஏதோ ஒரு போராத காலம் எதிர்பாராத விபத்து/ திடீர் தொழில் சரிவு/ திடீர் இழப்புகள் வாழ்வில் ஏற்படும். அதில் இருந்து மீண்டு வர கடுமையாக மனம் உறுதி வேண்டுவர். காலம் கடந்தும் முன்னேற்றம் இருக்காது. அதனால் மனம் நொந்து ஆலய வழிபாடை கைவிடும் நிலைக்கு செல்வார்கள், இறைவன் மீது நம்பிக்கை இழப்பர். "அந்த தெய்வம் கூட என்னை கைவிட்டு டிச்சே!" என தெய்வத்தின் மீது குறைபடுவர். இப்படிப்பட்டோரும் இந்த பக்தி மார்க்க ஆலய வழிபாட்டில் உள்ளதை நீ பார்த்துள்ளாய் அல்லவா மனமே?

இப்போது சொல் வழிபாட்டில் வேண்டினால் வேண்டியது கிடைக்குமா/ கிடைக்காதா? சிந்தித்தால் ஒன்று தெளிவாக

விளங்கும் வேண்டுதல்,வேண்டும் விதம், நம்பிக்கை, தெய்வம், கோயில் எல்லாம் ஒன்றானாலும் சிலருக்கு அது சாதகமாக வேண்டியது நடந்தும் சிலருக்கு வேண்டியது சாதகமற்று நடக்காமலும் போகிறது என்பதை கண்கூடாக காண முடிகிறது. ஆம் மனமே இதை நீ உணர்ந்தால் மட்டுமே ஆலயத்தின் தாத்பரியம் உனக்கு புரிய வரும்.

இதிலிருந்து ஒன்று தெரிகிறதா நாம் வேண்டும் அனைத்தும் அனைவருக்கும் கிடைப்பது இல்லை என்பதே. இதில் இன்னொரு வேடிக்கையும் உண்டு அது என்ன தெரியுமா இவர்கள் வேண்டி (எதை வேண்டி) கோவில் செல்கின்றனரோ அது வேண்டாமலே, எந்தக் கோவிலும் போகாமலே பக்தியில் ஈடுபாடு இல்லாதவர்களுக்கும் இயல்பாக கிடைக்கிறது. ஆக இதையெல்லாம் சற்று பரந்த மனப்பான்மையுடன் பார் மனமே நன்றார் பார்! உண்மை உன் கண் முன்னே விரியும். என்னவெனில் நாம் வேண்டினாலும், வேண்டா விட்டாலும் ஜோதிட பகுதியில் நாம் பார்த்ததை போல் நமக்கு கிடைக்க வேண்டிய ஒன்று கிடைக்க வேண்டிய காலத்தில் சரிவர கிடைத்தே தீரும். நம் கர்ம பலனின் அடிப்படையில் நடக்க கூடாது என உள்ள கிடைக்க கூடாது என உள்ள ஒன்றை எந்த ஆலயம் எந்த தெய்வம் எந்த வழிப்பாட்டு முறை கொண்டும் அடைய முடியாது என்பதை நாம் உணர முடியும். அது உனக்கும் தற்போது புரியும் என நான் நம்புகிறேன் மனமே.

அது நம் கர்மாவை தாண்டி பெரிய அளவில் எதையும் நம்மால் நடத்தவோ அல்லது நடைபெறும் எதையும் தடுக்கவோ முடியாது என்பதை நாம் இந்த பகுதியில் உணர வேண்டும் மனமே.

அப்படியெனில் ஆலய வழிப்பாட்டில் வேண்டுதல் வைப்பது என்பது தவறா என கேள்வி எழும் இல்லையா, அது சரியா தவறா என்பதை விட வேண்டுதலால் எதையும் மாற்ற முடியாது எனும் போது அது அவசியம் அற்றதாகிறது. இன்னும் புரியும் படி சொல்லப் போனால் இருவர் கர்ம பலனின் காரணமாக ஒரே விதமான கொடிய நோயால் பாதிக்கப்படுகின்றனர் என வைத்துக் கொள் வோம். அதில் ஒருவர் கர்ம பலன் அடிப்படையில் பாவ கர்மா

அதிகமாக நீண்ட காலம் சரியில்லாத தசாபுத்தி காலம் நடக்கிறது என வைத்துக் கொள்வோம். ஆனால் அவர் அனுதினமும் ஆலயம் செல்பவர் தெய்வ வழிபாடு செய்பவர் ஆனாலும் அவரின் நோய் தீராது கர்மபலனால் அனுபவித்தே தீருவார். எந்த மாற்றமும் இருக்காது. ஆனால் இன்னொருவர் ஜாதகப்படி இவரும் அதே அளவு வீரியமான நோயால் பாதிப்பு பெற்றுள்ளார். இப்போது கெட்ட தசாபுத்தி காலம் செல்கிறது. ஆனால் இவர் ஜாதகப்படி புண்ணிய நல்ல கர்மாவும் அதிகமாக உள்ளது. கெட்ட நேரம் 3 மாதத்தில் முடிந்து நல்ல நேரம் துவங்குகிறது என வைத்துக் கொள் வோம். இப்போது இவரும் அதே ஆலயம் தெய்வத்தை வழிபடு கிறார். நோயின் வீரியம் குறைந்து 3 மாதம் கடந்த பின் உடல்நலம் தேறி வந்து விடுவார். ஒருவேளை இவர் பக்தி இல்லாதவர் என்றாலும் 3-மாதம் கடந்த பின் குணம் ஆகிடுவார். இதுவே கர்ம பலனின் நிலைப்பாடு மாறாத விதியும் கூட. ஆக மனமே இப்போது கூறு வேண்டுதலால் என்ன பலன் என்று பார்த்தால் எல்லோரின் வேண்டுதலும் பலன் தராது. கர்மபலன் அனுமதி தந்தாலே வேண்டுதலை இறைவன் ஏற்பார், தருவார். இன்னும் சொல்லப் போனால் கர்ம பலன் இருந்தால் வேண்டாமலும், கோயிலே

போகாமலும் இறைவன் தர வேண்டியதை தருவார் என்பதை நாம் உணர வேண்டும் மனமே.

அப்படியானால் கோயில் எதற்கு, தெய்வம் எதற்கு, வழிபாடு எதற்கு, மகான்கள் எதற்கு, சித்தர்கள் எதற்கு, யோகிகள் எதற்கு அவர்கள் தந்த ஆக சிறந்த கருத்துக்கள், நெறிமுறைகள் எதற்கு கர்ம பலனே பலவான் என்றால் பைபிள், குரான், பகவத்கீதை, புத்தம், வள்ளலார் போதனைகள் இவையெல்லாம் வெறுமனே பலனற்ற காகித எழுத்துக்கள்தானா. ஏன் இவ்வளவு வழிபாடு, ஏன் சடங்கு முறைகள், ஏன் இத்தனை மகான்களின் போதனைகள், ஏன் இத்தனை விழாக்கள், ஏன் இத்தனை செயல்முறைகள் இதெல்லாம் பயனற்றது அல்லவா யோகி என என்னை சட்டையை பிடித்து கேட்க வேண்டும் என்று தோன்றுகிறது அல்லவா மனமே உண்மைதானே? நீ கேட்பதும் சரிதான், மிக சரிதான்.

நீ மேற்சொன்ன எதுவும் பொய்யானதோ, அவசியமற்றதோ, பலன் அற்றதோ அல்ல அவை சத்தியமான பலன் தரும் இப்புவியின் போற்றத்தக்க பொக்கிஷங்கள் ஆகும்.

மனம் : என்ன யோகி குழப்புகிறார் எல்லாமே கர்மபலன் என்கிறாய், அதன் பின் இவைகளும் பலன் தரும் பொக்கிஷம் என்கிறாய், ஆனாலும் இரண்டும் எதிரெதிராக அல்லவா உள்ளது. ஒரே இடத்தில் இரண்டும் எப்படி பலன்தரும் இரண்டும் எப்படி சரியாகும்.

யோகி : ஆம் மனமே ஆகும் இரண்டுமே உண்மைதான் சரியும் தான் என்பதில் எந்த ஐயமும் இல்லை. எப்படி என்றுதானே தெரிந்துக் கொள்ள நீ துடிக்கிறாய்.

மனம் : ஆமாம், ஆமாம் அதை சொல்லுங்க யோகி முதலில்.

யோகி : இவை இரண்டும் சரி என்பதை நீ உணர வேண்டுமாயின் முதலில் உயிர்களின் இப்புவி வாழ்வு பிறப்பின் காரணம், எவ்வாறு பிறக்கிறது, எவ்வாறு இறக்கிறது, நோக்கம் என்ன, இடையில் ஏற்படும் இன்ப - துன்பங்கள் ஏன், அதற்கு யார் காரணம், அதை எப்படி சரி செய்வது என்பதையும் இறுதியாக இவற்றுக்கெல்லாம்

நீ யார் எனவும் உன் ஆற்றல் என்ன எனவும் நீ அறிய வேண்டியது அவசியமானது மனமே.

மனம் : இதைப் பற்றியெல்லாம் தெரிந்தால் தான் பக்தி, ஆன்மீகத்தின் உண்மை தெரியுமா? அதை பற்றி சொல்லுங்கள். பிறப்பு என்பது ஏன் நிகழ்கிறது?

யோகி : பிறப்பு என்பது அவரவர் கர்ம பலனின் காரணமாகவே நிகழ்கிறது என்று எல்லா புனித நூல்களும் கூறுகிறது என்பதை நாம் உணரனும் மனமே.

மனம் : அது சரி யோகி வந்ததில் இருந்து கர்ம பலன், கர்ம பலன் என்று சொல்றீங்களே அப்படின்னா என்ன?

யோகி : ஆம் நண்பா மனமே, கர்ம பலன் இதுவ மனித பிறப்பின் ஆதாரமாகவும், பிறப்பின் பின் நிகழும் அனைத்து சுக-துக்க அமைப்புகளுக்கு காரண கர்த்தாவாகவும் அமைகிறது. கர்மா இன்றி இங்கு எதுவும் இல்லை என்பதுதான் புவியில் தோன்றிய அத்துனை மகான்களின் கருத்தும். நம் பகவத்கீதை உட்பட அனைத்து புனித நூல்களும் கர்ம தத்துவ அடிப்படையே என்பதை உணர வேண்டும். நாம் செய்யும் கர்மாவின் அடிப்படையிலேயே நம் ஒவ்வொரு பிறப்பும் கட்டமைக்கப்படுகிறது என்பதே கர்ம தத்துவம்.

மனம் : யோகி அப்படியானால், கர்மாவே அனைத்தும் என்பது போல் தோன்றுகிறது. எனில், கர்மாவே கடவுளா நம் வாழ்வை அதுவே தீர்மானிக்கும் எனில் நாம் அதை வழிபட்டால் நன்மை பெறலாமா?

யோகி : இல்லை நண்பா கர்மாவே அனைத்தையும் கட்டமைக்கும் என்றாலும் அது கடவுள் ஆகாது. அது ஒரு தன்மை /நிலைப்பாடு ஆகும்.

மனம் : அப்படியெனில் அது எங்கு இருக்கும், எப்படி அதை அறிவது யோகி.

யோகி : நண்பா கர்மா என்பது ஒரு பொருளோ (அ) நபரோ இல்லை அறிவதற்கும், காண்பதற்கும் அது ஒரு தன்மை / கணக்கு. நம்

செயல்களின் பின் விளைவே கர்மாவை ஏற்படுத்தும் என்பதே கர்ம தத்துவத்தின் அடிப்படையாகும். ஆகையால்தான் நல்லதே செய் நல்லதே நடக்கும், எண்ணம் போல் வாழ்வு என்றெல்லாம் நமக்கு சொல்லப்பட்டு வந்துள்ளது. நாம் செய்யும் செயலின் ஒவ்வொரு விளைவுமே நமக்கு கர்மாவை தரும். செய்யும் செயல் நல்லது எனில் நாம் பெறப்போகும் கர்மா அதாவது பின்விளைவும் நல்லதே. ஒருவேளை நாம் செய்த செயல் தவறானது என்றால் கர்மாவும் தீமையானதே என்பதை நாம் அறிய வேண்டும்.

மனம் : அப்போது நாம் செய்யும் செயலே முக்கியம் அது சரியானால் கர்மாவும் சரியாகும் என புரிகிறது. எனில் கர்மாவின் வேர் என்பது செயலே இல்லையா யோகி.

யோகி : அதுதான், அதுதான் நண்பா நீ உணர வேண்டிய ஒன்று இதை யார் உணர்கிறார்களோ இல்லையோ நீ உணர வேண்டும் என்பதை என் முயற்சியாகும். நன்றாக உணர் செயலே கர்மாவை உருவாக்கும் என்பது எந்த விதத்திலும் தவறில்லை ஆனால் அந்த கர்மா நன்மையையோ (அ) தீமையையோ தருமாயின் அதை அனுபவிப்பது அந்த செயல் அல்ல செயலை செய்த கர்தா (நபர்) ஆவார். ஆமாம் தானே.

மனம் : நிச்சயம் கர்தாவே அனுபவிப்பார்.

யோகி :ஆக செயல் கர்தாவால் உருவாக்கப்படுகிறது ஆமாம் தானே நண்பா.

மனம் : ஆமாம் யோகி, இதிலென்ன சந்தேகம் உங்களுக்கு.

யோகி : அற்புதம் அற்புதம் நண்பா இதை உணர்ந்த நீ இந்த செயல் எவ்வாறு உருவாகிறது என்பதையும் உணர்ந்தால் கர்மாவை உணர்வாய்.

மனம் : அப்படியா! செயல் உருவாகவும் ஒரு காரணம் உண்டா எனில், எப்படி எப்படி அது உருவாகிறது யோகி சொல்லுங்க!

யோகி : செயல் - ஒருவர் எப்போது என்ன செய்வார் என்பதையும் அதன் பலனாய் அவர் என்ன அனுபவிப்பார் என்பதையும் சொல்வதே கர்மா. இதை அடிப்படையாக கொண்டே ஜோதிடம் எனும்

துறை இயங்கும். ஆம் இங்கு எந்த செயலும் தனித்து காரணமின்றி நடப்பது கிடையாது என்பதை உணர வேண்டும். இப்பிறப்பில் உயிர்கள் செய்யும் செயல்கள் கடந்த பிறவியின் கர்ம பலனாலே தோன்றும் என்கிறது கர்ம தத்துவம்.

மனம் : ஓகோ! முன்பிறவி செய்த கர்மாவின் விளைவால் தான் இப்பிறப்பின் செயல்கள் தோன்றுகின்றதா? எனில், இது ஒரு தொடர் நிகழ்வா?

யோகி : ஆம் நண்பா பிறப்பு சங்கிலியின் தொடர் நிகழ்வே கர்மாவின் இயக்கமாகும். இன்னும் சொல்லப் போனால் பிறப்பு சங்கிலி நீண்டு கொண்டே செல்வதற்கு கர்மாவே காரணம் ஆகிறது.

மனம் : அடேங்கப்பா, நாம் மீண்டும் மீண்டும் பிறக்க கர்மா காரணம் அது தோன்ற செயல் காரணம். எனில், எந்த செயல் செய் தால் கர்மா தோன்றாது. எந்த செயல் செய்தால் கர்மா தோன்றும்.

யோகி : நண்பா எந்த செயல் செய்தாலும் கர்மா தோன்றாது என்பதே உண்மை.

மனம் : யோகி என்ன இப்போது மீண்டும் குழப்புகிறீர்கள். செயல் கர்மாவை உண்டு பண்ணாது என்றால் வேறு எது அதை செய்யும்.

யோகி : குழப்பம் வேண்டாம் நண்பா நீ கேட்ட இந்த கேள்விக்கு நீயே காரண கர்த்தா அதாவது பதிலாக அமைகிறாய் நண்பா.

மனம் : என்ன நானா! சற்று புரியும்படி சொல்லுங்க யோகி.

யோகி : ஆம் நண்பா நீயே நீயேதான் அனைத்தின் விடை அதை உணராததலால் நீ குழப்பம் பெற்று வாழ்வின் திசை மாறி நிற்கிறாய். இன்னும் சொல்லப் போனால் நீயின்றி எதுவும் இங்கு சாத்தியம் அல்ல. கர்மாவின் ஆதி, அந்தம் அனைத்தும் நீயாவாய். கர்மாவின் தாய் நீயே, மனமே.

மனம் : யோகி என்ன நானா?

யோகி : ஆம் நீ கேட்கும் அத்துனை கேள்விக்கும், உனக்கும் எழும் அத்தனை சந்தேகத்திற்கும் நீயே விடையாவாய் நண்பா! நீயே விடையாவாய்.

ஆம் செயல் என்பது முன்வினை கர்ம பலனாக அமைந்தாலும் இப்பிறப்பில் அதற்கு செயல் உரு கொடுத்து அதை உருவாக்கும் கடமை உன்னிடமே உள்ளது. அதற்கான ஆற்றலும் உனதே. செயல் என்பது எவ்வாறு உருபெறுகிறது என்றால் நண்பா முன்வினை கர்ம பதிவுகள் உன் ஆழமான பதிவாக இருக்கும் அதற்கு ஏற்றார்போல் உன் சிந்தனைகள் அமையும் அந்த சிந்தனைகளுக்கு ஏற்றவாறு பிரபஞ்சம் (கிரகங்கள்) என அனைத்தும் உன் ஆணையை ஏற்று வாழ்வில் அதை நடத்தும் நண்பா. செயல் உருவாக காரணமான ஆழமான பதிவுகளே கர்மபதிவு என்பர். இந்த கர்ம பதிவுகள் எவ்வாறு உருவாக்கப்படுகிறது எனும் இரகசியத்தை நீ உணர்ந்தால் கர்மாவை உருவாக்கும் விதம் பற்றி அறிவாய். அதை உணர்ந்தால் கர்மாவை அழிக்கும் மார்க்கமும் அறிவாய்.

மனம் : என்ன சொல்கிறீர்கள் யோகி அப்போ அனைத்திற்கும் நானே காரணமாக இருக்கிறேனா. நானே கர்மாவை உருவாக்குகிறேனா?

யோகி : ஆம் நண்பா கர்மா செயலோடு தொடர்பு பெற்றது என்றாலும் செயல் வெளியில் தெரியும் ஒரு கருவி மட்டுமே அதை கொண்டு எந்த பின்விளைவையும் நாம் அடைவதில்லை. செய்யப் படும் செயலோடு நீ அதாவது மனம் கொள்ளும் பந்தம் (உறவு, ஈடுபாடு,சுக,துக்கமே) அதுவே கர்மாவை ஏற்படுத்தும் இதுவே கர்ம தத்துவத்தின் உட்சபட்ச ஞானமாகும் நண்பா. இதை உணர்ந்தால் சகலமும் உனக்கு தெளிவாகும்.

“கர்மா செயலோடு தொடர்பு பெற்றதல்ல அந்த செயலோடு நாம் கொள்ளும் மன பந்தமே கர்மாவை ஏற்படுத்தும்”

- யோகி ஜெயபிரகாஷ்

இதைதான் நாம் உணர வேண்டும். உங்களுக்கு புரியும் விதமாக இரு நபர்கள் செய்யும் ஒரே செயல் இருவரில் ஒருவருக்கு புண்ணியதை இன்னொருவருக்கு பாவத்தை தரும் எப்படி என பார்க்கலாம்.

நபர் 1 : ஒருவரை வன்மம்/ பகை காரணமாக நீண்ட நாள் கோபத் தால் வெட்டி கொலை செய்கிறார்.

நபர் 2 : ஒரு மருத்துவர் தீராத நோயால் கடும் வலியை அனுபவித்து

கொண்டிருக்கும் நோயாளியை காப்பாற்ற வேறு எந்த உபாயமும் இல்லாத நிலையில் அந்நோயாளி வேண்டியதன் பேரில் அவரின் வலியிலிருந்து விடுவிக்க எண்ணி கருணை கொண்டு அவரை கருணை கொலை செய்கிறார். இருவர் செய்ததும் கொலைதானே?

மனம் : ஆமாம் யோகி.

யோகி : இருவரும் பாவம்தானே செய்துள்ளனர்.

மனம் : ஆமாம் யோகி பாவம் தான் இரண்டும் கொலைதானே.

யோகி : அதுதான் நண்பா இல்லை இங்குதான் கர்மா உருவாகும் விதம் கண்டு பிரம்மிப்பே ஏற்படும். செயலால் கர்மா வரும் என தோன்றினால் இருவரையும் பாவ கர்மாவே பிடிக்கும். ஆனால் உண்மையில் சொல்ல வேண்டுமெனில் நபர் 1 வன்மம் என்னும் தீய நோக்கம், உணர்வு மனதில் மேலோங்கி இருந்து அந்த உயிரை பறித்ததால் அது கடும் பாவ செயலாகி பாவ கர்மாவை ஏற்று அடுத்த பிறப்பில் துன்புறுவார்.

நபர் 2 : நோயாளியின் கடும் வலியிலிருந்து விடுவிக்க அவர்பால் கருணை கொண்டு அன்பும், கருணையும் மேலோங்க அந்த உயிரை பறித்ததால் அது எந்த நிலையிலும் பாவத்தின் பாகமாக மாறாது. பாவ கர்மா இவருக்கு நிச்சயம் ஏற்படாது. இதிலிருந்து செயல் முக்கியத்துவத்தை காட்டிலும் மகத்துவமானது செயலோடு மனம் கொள்ளும் பந்தமே என்று உனக்கு புரிகிறதா செயல் என்பது வெளித்தோற்றம் உள்ள உணர்வே கர்மாவை தரும் என்பதை நீ உணர்.

மனம் : எனில், யோகி கர்மா உருவாக நானே காரணமா?

யோகி : ஆம் நண்பா, நீயே காரணம். நீ இன்றி கர்மா என்று ஒன்று இல்லை, எனும் சத்தியம் உணர்ந்தால் நீ அனைத்தையும் உணர் வாய்.

மனம் : அப்போது பிறப்பின் நோக்கமே நான் என்னை உணர்ந்தால் நிறைவு பெறுமா யோகி.

யோகி : ஆம் நண்பா ஆம் அதுவே உண்மை. நீ உன்னை உணரும் நிலையே கர்மாவிலிருந்து விடுபடும் நிலை கர்மாவின் விடுதலையே பிறப்பின் சங்கிலி அறுபடல் என்பதை உணர் நண்பா உணர்ந்திடு.

நீ சற்றுமுன் கேட்டாய் பிறப்பின் நோக்கம் என்ன என்று அது மீண்டும் பிறவாமல் இருக்க முக்தி பெற கர்மாவை கழித்து புதிய கர்மாவை உருவாக்காமல் இறைவனடி அடைவதே. அது உன் உதவியால் மட்டுமே சாத்தியமாகும் என்பதை உணர்.

சற்றுமுன் கேட்டாய் ஆலயத்தில் வேண்டுதல் வேண்டாம் என்றால் எதற்கு ஆலயம் என்று. அது நாம் நம்மை உணர நல்ல சூழலும், தேகத்தின் ஆரோக்கியமும் அவசியம். ஆம் மனம் தன்னை உணரும் முயற்சியில் இருக்கையில் உடல் நலகுறைவு ஏற்பட்டாலோ, உடல் சுகங்களின்பால் சாய்வு பெற்றாலோ மனம் தன்னை அறியும் முயற்சியில் சரிவர ஈடுபட இயலாது. ஆரோக்கியம் மட்டும் அல்லாது நேர்மறை சிந்தனைகளால் மனம் பலம் பெற தேகத்திற்கு பிரபஞ்ச ஆற்றல் போதுமான அளவு வேண்டும். ஆக அதற்காக தான் ஆலயங்கள் எழுப்பி அங்கு அமர்த்தி வாழ்வின் ஓட்டப்பந்தயத்தில் ஓடிக் கொண்டு இருக்கும் நம்மை இளையாரை வைத்து கலச ஆற்றல் மூலம் நம் சிந்தனைக்கும், உயிர் ஆற்றலை அதிகப்படுத்தி சில சடங்கு விரத முறைகள் மூலம் நம் உடலில் உள்ள கழிவுகளை எல்லாம் அவ்வப்போது நீக்கி மனம், உடல் இரண்டையும் இறையை உணர ஆரோக்கியமான முறையில் மேம்படுத்தும் ஒரு பயிற்சி கூடமே நம் ஆலயங்கள் என்பதை நாம் உணர வேண்டும் நண்பா.

மனம் : புவியில் அனைத்து இடத்திலும் தன் காந்த ஆற்றல் அலை அலையாய் பரவுகிறது. அப்படியிருக்க பொருள் செலவழித்து ஆலயம் ஏன் யோகி?

யோகி : உண்மைதான் நண்பா ஆலயம் அத்தியாவசியமாக இருக்க வேண்டும் என்று இல்லை. ஆனால் புவி முழுகிலும் ஆற்றல் பரவி இருந்தாலும் சித்தர்கள், யோகிகள், ஞானிகள் அதை உணர்ந்து வெட்ட வெளியில் தவம் இயற்றி, மனதை அடக்கி உணர்தலை பெறுவது போல் சாமானிய பாமர மக்களால் அப்படி அறிய முடியாது. அதுமட்டுமல்லாமல் ஆலயம் இல்லையென்றால் சும்மா

இருக்க வேண்டிய இடம் என ஒன்று இல்லாமல் தன் இயல்பு வாழ்வின் நோக்கங்களையே தேடி ஓடி வாழ்வின் ஆன்ம இலக்கின் வாசனையே இன்றி திசைமாறி சென்று விடுவர். அவர்கள் புறத்தை மறந்து அகத்தில் அமைதியுற வேண்டுமெனில் ஆலயம் எனும் ஒருமாய பொம்மையும் அவசியமாகிறது.

அதே போல்தான் அண்டம் முழுகிலும் பிரபஞ்ச ஆற்றல் பரரவி வியாபித்தாலும் எப்படி சூரிய கதிர்கள் பகலில் பூமி முழுவதும் பரவலாக விழுந்தாலும் ஒரு கூவி ஆழ (லென்சு) மூலம் அக்கதிர்களை அளவுக்கு அதிகமாக ஒரு இடத்தில் குவித்தால் அந்த இடம் வெப்ப மயமாகி தீப்பற்றி எறியுமோ அது போல ஆலய கலசங்களால் மூலம் இயல்பை விட அதிக ஆற்றல் ஆலயத்தினுள் குவிக்கப்பட்டு மனித மனதின் ஞான சுடரை பற்ற வைக்க அது உறுதுணையாக அமையும். ஆக ஆலயம் அவசியமே நண்பா!

மனம் : எனில் யோகி, அப்போது ஆலயமும், அது சார் விரதம் பண்டிகை என அனைத்தும் நம் ஆன்ம பலம், தேக பலகம், இறையை உணர வைக்கும் ஒரு முயற்சியே சரியா?

யோகி : ஆம் நண்பா. ஆலயத்தின் ஒவ்வொரு கட்டுமானமும் ஒவ்வொரு செய்தியை நமக்கு உணர்த்தே, ஆலயத்தில் நடைபெறும் ஒவ்வொரு யாகமும் தேக, மன ஆற்றலை அதிகப்படுத்தவே, ஒவ்வொரு பண்டிகை/விழா ஒவ்வொரு நல்ல செயலை/தன்மையை நாம் பின்பற்ற வேண்டும் என அறிவுறுத்தவே தான் மற்றபடி அதை கொண்டு நாம் இறையை அடைய முடியாது. அடைவதற்கான வழியில் ஒரு பயிற்சி கூடமாக அமையும். அதை நாம் உணர்ந்தால் ஆலய் போவது, பூஜை செய்வது, விரதம் மேற்கொள்வது இவை எதுவும் இன்றி நாம் தனித்தே செயல்படலாம். ஆனால் அனைத்து மானுடர்க்கும் புரியாது அவரவர் கர்ம பலன் அடிப்படையில் இந்த புரிதலில் ஏற்ற இறக்கம் இருக்கும். ஆக அனைவருக்கும் பயன்தரும் வகையில் ஆலயம் அமைத்து சில முக்கிய நாளில் நல்ல விசயங்களை பின்பற்றும் படி ஒரு தெய்வ சடங்குகளை உருவாக்கி இதை செய் கூடுதலாக குறைதலாக இருந்தாலும் பலன் உண்டு என அமைத்து தந்தனர் நம் முன்னோர்கள். அது பின் பல இடை சொருகள்கள்,

மாற்றங்கள் புகுத்தப்பட்டு எதை உணரனும் என சொல்லி பண்டிகைகள், பூஜை முறைகளை வைத்தார்களே அந்த நோக்கத்தை (மனநிலையை) விட்டுவிட்டு இப்போது இது வெறுமனே கடமையாக ஏன், எதற்கு செய்கிறோம் என்று தெரியாமல் வாழ்வின் பழக்க வழக்கமாக மாறிப்போய் தவறான பாதையில் உயிர் அற்ற உடலாக பக்தி மார்க்கம் சென்று விட்டது. அதன் ஒரு வெளிப்பாடே வீட்டில் இல்லையென்றாலும் கடன் வாங்கி கூட சடங்குகள், விழாக்கள் கொண்டாடனும், ஏன் என்றே உணராமல் விதிமுறைகள் படி இவற்றையெல்லாம் செய்யனும் என செய்வது, வேண்டினால் கிடைக்கும் என இறைவனை பொருள்பட்டியலாக மாற்றுவது இதெல்லாம் அறியாமையின் வெளிப்பாடே, ஆம் நம் நண்பா!

> "பிறப்பின் இலக்கு பிறவாமையை முயற்சிப்பது
> என்பதை மறந்த கூட்டத்தின் அறியாமையின்
> வெளிப்பாடே வெற்று சடங்கும், வேண்டுதலும்"
>
> - யோகி ஜெயபிரகாஷ்

மனம் : புரிகிறது யோகி. அப்படியிருக்க நாள், நட்சத்திரம், வழிபாடு விரதங்கள் இவை அனைத்தும் இவ்வுலகில் வாழும் போது நமக்கு தேவையானவற்றை வேண்டுவதற்கான மாயை ஆமாம் தானே. இவற்றால் ஒருவனால் முக்தி/ இறைநிலையை அடைய முடியுமா என்றால், இல்லை என்பதே பதிலாகும் போலும்.

யோகி : அப்படி இல்லை நண்பா இந்த விரத, வழிபாட்டு முறைகள் அனைத்தும் தவறு என்று அர்த்தம் அல்ல. ஆனால் ஒவ்வொரு வழிபாடும், விழாக்களும் ஏதேனும் ஒரு இறை உணர்வை நமக்கு உணர்த்தும் விதமாகவே அமைக்கப்பட்டு இருக்கிறது. அவை உண்மையில் மகத்துவம் வாய்ந்ததே. ஆனால் நாம் வழிபாடு சொல்லும் ஞானத்தை உணராமல் ஆயுள் முழுவதும் வெறும் வழிப்பாட்டு சடங்குகளையே கவனம் செலுத்தி காலம் கழிக்கிறோம். அதுதான் தவறாகும். ஆலய கட்டுமானம் எப்படி சில வாழ்வியல் அமைப்புகளை நமக்கு உணர்த்தியதோ அது போலதான் வழிபாடுகளும் நமக்கு சிலவற்றை உணர்த்தவே நடை பெறும். நம்

மனம் சுத்தமாக இருந்தாலும் புறச்சூழல், உலகியல் சுக-துக்க அமைப்புகளால் தடுமாற்றம் பெற்று இயல்பை இழக்கிறது. அப்படிப்பட்ட நிலையில் ஆலய வழிபாட்டில் கலந்து மீண்டும் மனதை இறையின் பால் ஒருநிலைப்படுத்தும் ஒரு அறிய வாய்ப்பை வழங்குவது ஆலய வழிபாடுகள். ஆக ஆலய வழிபாடுகளும் மனதை பயிற்சிக்கும் ஒரு செயல் முறையே.

மனம் : வழிபாடு எப்படி மனதை பக்குவப்படுத்தும் பயிற்சியாகும்.

யோகி : ஆம் நண்பா, சொன்னதை போல் வழிப்பாட்டு சடங்கில் கவனம் செலுத்துவதை விட்டு அது சொல்லும் செய்தியை உணர முயற்சிப்பதே அவசியம். உதாரணமாக நம் ஆலய பூஜைகளின் போது அபிசேகம் நடைபெறுவதை பார்த்திருப்பாய். அது என்ன செய்தி சொல்லும் என தெரியுமா? நம் சடங்கு சாஸ்திரங்கள் படி பூஜையில் உள்ள ஒவ்வொரு பொருளும் இந்த வாழ்வில் நாம் பெற வேண்டிய ஒரு பாக்கியத்தை குறிக்கும். உதாரணமாக, மஞ்சள், குங்குமம் - இவை திருமணம், மாங்கல்ய பலம், அனைத்து சுபத்தை யும், சந்தனம் - குழந்தை பேறு, செல்வத்தை, பன்னீர் - வளத்தை (பொருள்), பால் - அனைத்து சுபகாரிய சுகங்களை என ஒவ்வொரு பொருளும் குறிக்கும். இவற்றை பூஜைக்கு வாங்கி கொடுத்தால் அவர்களுக்கு வாழ்வில் அந்த பாக்கியம் கிட்டும் என்பது ஐதீகம். ஆனால் ஆன்மீக ரீதியாக நாம் அதில் சடங்கை தான் உணர வேண்டிய விசயம் என்னவெனில்;

அபிசேகத்தின் தத்துவம் :

இறை திருமேனியில் (சிலையில்) எல்லா பொருளையும் இட்டு அபிசேகம் செய்வார்கள், மலர், மஞ்சள், குங்குமம், சந்தனம், கதமப்பொடி, தயிர், பால், பன்னீர், தேன்.... ஆனால் இறைவன் சகல சக்தி பெற்றவன், பற்றுதலுக்கு எல்லாம் அப்பார்பட்ட பரம் பொருள் அப்படியிருக்க அவருக்கு ஏன் இவை அவசியம் என்று என்றாவது சிந்தித்தது உண்டா? இவை அனைத்தும் நாம் பயன் படுத்துபவை ஆன்மீகத்தில் பக்தி மார்க்க பூஜை, சடங்கே பாவித்தலை தான் அடிப்படையாக கொண்டது என முன்பே சொன்னேன். அவ்வாறு நாம் நமக்கு எதெல்லாம் நல்லது வேண்டும்

என நினைக்கிறோமோ அவற்றையெல்லாம் வழிபாட்டில் இறை வனுக்கு இட்டு மகிழ்கிறோம். அவரை அபிஷேகம் செய்து மகிழ்வு செய்கிறோம் என்பதும் அதன் மூலம் இறைவன் அதனை ஏற்று நமக்கு வாழ்வில் அந்த பாக்கியம் அருள்வார் என நாம் நம்புகிறோம். இது ஒருபுறம் இருக்கட்டும், இது நம் சடங்கு நம்பிக்கை, இது சொல்லும் செய்தி யாதெனில் அன்பு நண்பா,

செய்தி 1: ஒரு கற்சிலையை இறையாகவும் அபிஷேக வேலையில் குழந்தையாய் பாவித்து நீராட்டி, அலங்காரம் செய்யும் போது நாம் முழுக்க இறையை குழந்தையாக எண்ணி, அதன் மீது அன்பு பெருக்கெடுத்து ரசித்து, ரசித்து உள்ளம் உருகி செய்கிறோம். அப்படி கல் உள்ளாய் இருக்கும் இறைவனிடமே அன்பு செய்யும் நாம் அவர் இப்புவிதனில் அனைத்துமாய் உள்ளார். ஆக அனைத்து உயிர்களை யும் இறையாய் எண்ணி பேரன்பு கொண்டு நேசிக்க வேண்டும். இந்த புரிதல் வர வர நாம் அன்பின் உயிர்நிலை பெற்று,

> "கல்லில் கண்டவனை, காணும் இடமெல்லாம்
> கண்டு அன்பு பெருக்கெடுத்து கருணை கடலாகி
> இறையின் நிலையை பெருவோம்"

எங்கும் இறை கல்லும் அவனே காணும் இடமெல்லாம் அவனே ஆக அனைத்துமே இங்கு நான் அன்பு செலுத்த வேண்டிய ஒன்றாகிறது என்பதை உணர்வீர்கள். அப்போது அனைத்து உயிர்களிடமும் கருணை ஏற்படும். இதை பக்தர்கள் அனைவரும் உணர்ந்தால் இப்புவியே கருணை கடலாகி அன்பு நிரம்பி வழிய துவங்கும். இந்நிலையை உயிர்கள் பெறுமானால், அன்பு நண்பா நன்றாக உணர்.

இங்கு காணும் இடமெல்லாம் அன்பும், கருணையும் ஓங்கும் அப்போது உயிர்களின் மனங்களில் கோபம், வன்மம், பழி உணர்வு, காழ்புணர்வு, பாகுபாடு, ஏற்றத்தாழ்வு, வெறுப்பு என எதுவும், எதுவுமே மேலோங்காது அந்த நிலையை சற்று கற்பனை செய்து பார் உலகின் ஒவ்வொரு அணுவிலும் இறையை உணரும் எனும் நிலை யில் இருக்கும். அந்த தன்மையே பக்தியின் உச்ச நிலையாகும். இந்நிலையை மனம் பெறுமானால் யாதொரு தீமையை சிந்திக்கா

மல், யாதொரு பேராசையால் பிற உயிர்களை சிந்திக்காமல் வாழ துவங்கும் அப்படிப்பட்ட சூழலில் அது பாவத்தின் பாகமாக ஒரு போதும் மாறாது என்பதை உணர். ஆக மீண்டும், மீண்டும் பிறப்பில் பிணைக்கு கர்ம பந்த சங்கிலி அறுபட்டு வீடு பேறு நிலை அடைவர். எப்பேர்ப்பட்ட ஞானம் பார்த்தாயா கல்லிடம் காட்டும் அன்பை, கருணை கொண்டு எல்லா உயிரிடமும் காட்ட இறையை அடைய லாம் என்பதே முதல் செய்தியாகும்.

செய்தி 2 : அபிஷேகம் செய்யும்போது நன்றாக பார்த்து இருப்பீர்கள். எண்ணெய் காப்பு என நல்லெண்ணெய் மூலம் சிலை முழுமையும் தடவி மினுமினுப்பாக பளபளவென வைத்திருப் பார்கள். இது என்ன சொல்கிறது தெரியுமா அன்பர்களே பாவித்தலை இங்கு பொருத்தி பாருங்கள். இறை திருமேனி மீதாக பால், தயில், சந்தனம், மஞ்சள், குங்குமம்.... என அபிஷேக நீர் ஊற்றி செய் வார்கள். இவை ஒவ்வொரு பொருளும் ஒரு பாக்கியத்தை குறிக்கும் என பார்த்தோம். அதை ஒவ்வொரு பொருளாக நீரிட்டு சிலையின் மீது தீபம் காட்டி பின் மீண்டும் நீர் ஊற்றுவர். அந்த பொருள் சிலையின் மீது இருந்து நீரால் அடித்து செல்லப்படும். பின் அடுத்த பொருளை ஊற்றுவர். இது அப்படியே தொடர்ந்து நடை பெறும். நண்பா கேள் இதன் மூலம் செய்தி யாதெனில் நாம் தான் இறை திருமேனி அந்த அபிசேகம் தான் நம் வாழ்வில் ஏற்படும் கிடைக்கும் பாக்கியங்களான (திருமணம், குழந்தை, சுகம், செல்வம்...) சுகங்கள் இவை அனைத்தும் அவரவர் கர்ம பலனுக்கு ஏற்ப கிடைக்கும் ஏற்றுக்கொள் அது சுகம் - துக்கம் எதுவானாலும். ஆனால் அது நிலையற்றது. நீர் ஊற்றியதும் அபிஷேக பொருள் எப்படி சிலையை விட்டு அகன்றதோ அது போல காலம் எனும் நீரானது நமக்கு சுக - துக்கத்தை கொடுத்து அதுவே மீண்டு எடுத்து விடும் ஆக அது நிலையற்றது. இப்போது கவனியுங்கள் முன்பு சொன்னேன் அல்லவா சிலைக்கு போடப்படும் எண்ணெய் காப்பு அந்த எண்ணெய்தான் ஒரு கவசமாக இருந்து இந்த சிலைகள் மீது ஊற்றப்படும் அபிசேக பொருள்களின் பாதிப்பிலிருந்து சிலையை காக்கும். ஆம் ஒரு வேளை எண்ணெய் இன்றி பொருட்கள் கொண்டு அபிசேகம் செய்தால் சிறிது காலத்தில் சிலையின் மீது

அழுக்குகள் அதிகரித்து அந்த பொருட்களின் ஆக்கிரமிப்பால் சிலை தன் பொலிவை இழக்கும். இதையே சானித்தியம் குறைதல் என்பர். ஆனால் சிலையின் வழுவழுப்பு தன்மை எண்ணெயால் ஏற்பட்டு நீருடன் வரும் அபிஷேக பொருள் அப்படியே சிலை முழுதும் உருண்டோடி ஆனால் பற்றாமல் கீழே விழும். அதேபோல் தான் மனமே (நண்பா) நன்றாக நம் வாழ்விலும் சுக - துக்கம், நன்மை - தீமை, உறவு - பகை, ஆரோக்கியம் - சுகவீனம், செல்வம் என எல்லாம் கர்ம பலனின் விளைவாக வரும். எப்படி சிலையில் கவசமாக எண்ணெய் இருந்து பொருட்களை பற்றாமல் நழுவ செய்ததோ அதே போல் எல்லா நிகழ்வையும் ஏற்று அனுபவித்து கொள், வாழ். ஆனால் அது நிலை அற்றது என்பதை உணர்ந்து அதனுடன் பந்தப் படாமல் இதுவும் மாறிவிடும் என பற்று அற்று இருந்தால் நாம் கர்ம பந்தம் அதனில் சிக்க மாட்டோம். வாழ்வை கடமையாக ஏற்று வாழும் பக்குவம் நமக்கு கிடைத்து விடும். ஆக கர்ம பந்தத்தில் சிக்காது வீடு பேறு நிலையை குடும்ப வாழ்வில் இருந்து கொண்டே பெறலாம்.

இப்போது புரிகிறதா நண்பா வழிப்பாட்டு முக்கியத்துவம். இதே போல் தீப ஆராதனை காட்டப்படும் நிகழ்வையும் கண்டிருப்பாய்.

மேற்சொன்ன இரண்டு செய்திகளையும் பின்பற்றி வாழ்ந்தால் என்ன நடக்கும் என்பதை தீபாரதனை சொல்லும் செய்தியாகும்.

தீபாராதனை தத்துவம் :

அபிஷேகம் முடிந்து அலங்காரம் செய்யப்பட்ட இறை திருமேனிக்கு தீபாராதனை அமைப்பு நடைபெறும். இதை சற்று உற்று கவனியுங்கள் நண்பா, எந்த ஆலயமானாலும் கருவறை தாயின் கருவறைக்கு ஒப்பாக சொல்லி கண்டு இருப்பீர்கள். அந்த அளவு புனிதத்துவம் பெற்றது கருவறை. தாயின் கர்பப்பைப் போல் எப்போதும் இருள் சூழ்ந்து காணப்பட்ட நிலையிலே இருக்கும். தீப ஒளிமட்டும் சுடர் விடும் கருவறையுள் அதுவே ஞானம் இந்த உலகில் நாம் எல்லா செயல்கள் மூலமும் பந்தப்பட்டு கர்மா, எனும் இருளில் மறைந்து சிக்கி விடுகிறோம்.

தீப ஆராதனையின்போது இருள் சூழ்ந்த கருவறையில் இறை திருமேனி அதுவரை சரியாக, தெளிவாக தெரியாது. ஆனால் தீபம் மூலம் ஆராதனை செய்யும் போது இருளில் சுடர்விடும் தீயால் ஒளி யெழுந்து அந்த ஒளியின் வெளிச்சத்தில் இறைவனின் திருமேனியை அழகை நாம் கண்டு ரசித்து வழிபடுகிறோம். இவ்வாறே நம் கர்மாவால், தீய எண்ணங்களால் நம் மனம் இருள் சூழ்ந்து நமக்குள் உள்ள இறைநிலை தன்மையை நம்மால் உணர முடியாமல் மீண்டும் மீண்டும் பிறந்து இறையை அறியும் பிறப்பு சங்கிலியில பிணை கிறோம். ஆக நாம் அபிஷேகம் சொன்ன செய்தி 1ன் படி அன்பு, கருணையும் கொண்டு செய்தி 2 சொன்னபடி பற்றற்று இருந்தால் நாம் கர்ம பந்தத்தில் சிக்காமல் நமக்குள் உள்ள இறையை கர்மா என்னும் கார் இருளை நீக்கி உணரலாம். அதற்கான ஞான சுடர் மனதினுள் தோன்றும் என்பதை நாம் உணர்ந்தால் ஆலய வழிபாடு உள் புதைந்த அற்புத இரகசியங்கள் பிடிபடும். அதன் பின் அதை உணர்வதுதான் பக்குவமே தவிர மீண்டும் மீண்டும் சடங்குகளை மற்றும் இதை உணராமல் செய்யும் பழக்க வழக்கங்களில் மட்டுமே கவனம் செலுத்துவது பயனற்றது. உணர வைப்பதற்கு மட்டுமே வழிபாடு, ஆலயம் அவசியமாகிறது. உணர்ந்த பின் அதுபடி வாழ் தலே அவசியம் என்பதை உணர வேண்டும்.

உதாரணம் ஒரு குழந்தை தட்டு தடுமாறி நடைபழகும் போது அதற்கு நடை பயிற்சி வண்டி வாங்கி தருவர். 3-மாதம் கழித்து தானே நடக்கும் நிலை வரும் போது நடைவண்டி அவசியமற்று போகிறது. இல்லை இல்லை 10 வயதானாலும் நான் நடைவண்டி மூலம் தான் நடப்பேன் என்றால் அது நம்மை ஊனமாக மாற்றுமே தவிர நன்மை தராது. இதுவே அஞ்ஞானத்தின் வெளிப்பாடு ஆனால் இன்றளவில் மக்கள் கூட்டத்தின் பெரும்பான்மை பகுதி மக்கள் சடங்கு, சம்பிரதாயம், பழக்க வழக்கம்.... இவற்றின் உண்மையான தத்துவம் உணராமல்காரண காரியம் தெரியாமல் வெற்றாக செயல்பட்டு செய்கிறார்கள் என்பதே வருத்தத்திற்கு உரிய செய்தியாகும் நண்பா.

> "காரணம் அறியா வழிபாட்டு முறையும்
> உண்மையை உணரா பழக்க வழக்கமும்
> ஒருபோதும் வீடுபேரு தராமல் காரிருளில் ஆழ்த்தும்"
>
> - யோகி ஜெயபிரகாஷ்

ஆம் நண்பா மனமே, அன்பு, கருணை மற்றும் பற்றுகள் அற்று இருப்பதே ஆன்மீக பக்தி மார்க்கத்தின் உச்சபட்ச ஞானம் என்பதை

உணர வேண்டும். இதுவரை இறைவனை அடைந்த அனைவருமே பக்தி மார்க்கத்தில் இவற்றின் மூலமே அடைந்து உள்ளன. அவர்கள் தங்களின் ஆழ்ந்த அனுபவங்களின் மூலம் இறைவன் எப்படிப் பட்டவன் என்பதையும் அவனை அடையும் வழிமுறையும் நமக்கு போதித்து சென்றனர். ஆனால் நாம் என்ன செய்கிறோம் தெரியுமா அவர்கள் சொன்ன பாடத்தை ஆடியும் படியும் அவர்கள் புகழ்பேசி பெருமை கொண்டும், அவர்களுக்கு வழிபாடு செய்தும் அவரின் ஆசி பெற முயல்கிறோம். இதுவே ஆன்மீக தடம்மாறி தவறான பாதையில் செல்வதன் ஆரம்பம் ஆகிறது.

மனம் : யோகி, நமக்கு வழிகாட்டியவர்களின் புகழ்பாடுவது என்பது எந்த விதத்தில் தவறாகும்?

யோகி : இல்லை நண்பா நான் அப்படி கூறவில்லை. திருவருள் பெற வேண்டுமாயின் ஞான வழிகாட்டும் குருவருள் அவசியம் அதில் மாற்றம் இல்லை. ஆனால் உண்மையான குரு, ஒரு சீடன் தன் புகழையே பாடிக் கொண்டு தன் பெருமைகளை பேசுவதால் மனம் மகிழ்வு பெற மாட்டார். மாறாக அவர் அளித்த பரம ஞான போதனையை ஏற்று சீடன் உயர்நிலை பெருவது என்பதே உண்மை யான குருவின் வெற்றியாகும். ஒரு குருவின் புகழ் என்பது கொடுத்த வித்தையின் மூலம் சீடன் நன்நிலை பெருவதிலே உள்ளது. ஆனால் அதை செய்யாது குருவின் புகழை மட்டுமே பாடும் நிகழ்வு அவர் களை கடும் மன வருத்தத்திற்கு ஆளாக்கும்.

வருத்தம் என்னவெனில் மகான்கள் இறையை உணரும் வழியை தந்தும் நாம் அதை உணராமல் புகழ்பாடுவதையே வழக்கமாக கொண்டுள்ளோம். இந்நிலை மாற வேண்டும். அதற்கு ஒரே வழி நண்பா நீ உன்னை உணர வேண்டும்.

மனம் : சரிதான் யோகி, அவ்வாறு எல்லா இறையாளர்களும் அன்பு, கருணை, ஞானம் மூலமே இறையை அடைந்தனர் எனில் அவர் களில் பக்தி மூலம் அன்பு செலுத்தி இறைவனை அடைந்த இறையாளர் யாராவது பற்றியும், அவர்களின் அந்த இறைநிலையில் எனது (மனம்) பங்கு எப்படி இருந்தது என்பது பற்றியும் எனக்கு சொல்கிறீர்களா யோகி?

யோகி : நிச்சயமாக நண்பா, உன் கதையை உனக்கே சொல்வது எனக்கு மகிழ்ச்சிதான் அன்றி வேறில்லை.

மிக எளிமையாக இறையை அன்பு குடிகொண்ட மனம் கொண்டு அடையலாம் அதற்கு காசு, பணம், ஜாதி, அறிவு, ஏற்றத்தாழ்வு, அழகு எதுவும் தேவையில்லை என உணர்ந்து பலரின் வரலாறு நம்முன் இருந்தாலும், அதில் எனக்கு பிடித்த ஒரு இரண்டு இறையாளர்களின் இறையனுபவத்தை உனக்கு நான் சொல்கிறேன் நண்பா; கேட்க ஆயத்தமாகு!

கண்ணப்ப நாயனார்

பெரிய புராணம் எனும் சிவனை வழிப்பட்ட அடியார்களின் வரலாற்றை கூறும் நூலில் உள்ளது. இவரின் வரலாறு மனமே இறைவனை அடையும்போது அது செலுத்தும் அன்பினால் நாம் உயர்நிலை பெறலாம் என்பதை இவரின் வரலாறு தெளிவாக நமக்கு காட்டும். இவரை மிக பெருமையாக மணிவாசக பெருமான் கூறுகிறார். மணிவாசகரே இறைவன் மீது அன்பு பெருக்கெடுத்து அழுது, அழுது அடி அடைந்தவர். ஆனால் அவரே அன்பு செலுத்து வதில் கண்ணப்பருக்கு நிகரில்லை என கூறுகிறார். "கண்ணப்பன் ஒய்தோர் அன்பு இன்மை கண்டபின், என் அப்பன் என்னையும் ஆண்டு கொண்டு" என பாடுகிறார். அப்போது கண்ணப்பர் அன்பு எப்படி இறையை அடைய உறுதுணையாக இருந்திருக்கும் என சிந்தித்து பாருங்கள்.

இந்த கண்ணப்பர் வேடுவ குலத்திலே பிறந்தவர், வில் பயிற்சி பெற்றவர், கரிய தேகம் உடையவர், பெரும் ஞானம் அற்றவர். முழுக்க அசைவு உணவு உண்பவர், விலங்குகளை வேட்டையாடும் கொலை தொழில் புரிபவர், எப்போது இரத்த வாடை வம் சூழலில் வாழ்பவர், முன்னேறிய குலத்தில் பிறக்காதவர், ஆகம பூஜை, வேத ஞானமற்றவர். அவருடைய 16 வயதில் குருகுலம் நிறைவு பெற்று காடு திரும்பும் காலத்தில் தந்தையின் மூப்பு காரணமாக இளவரசு

பட்டம் பெற்று கன்னி வேட்டைக்கு செல்கிறார். அப்போது மலைமேல் உள்ள சிவலிங்கத்தை நாணன் எனும் அமைச்சரின் வழிகாட்டலால் தரிசிக்க நேர்கிறது. அப்படி தரிசித்த போது அன்பு பெருக்கெடுத்து அந்த இறைவன் பால் காதல் கொள்கிறார். அதனால் அவருக்கு தெரிந்த மாதிரியாக நீரூற்றி பூஜை செய்து வழிபடுகிறார். அபிசேகத்திற்கு நீரினை வாயிலும், பூக்களை தன் தலையில் சூடியும், படையலாக பன்றி இறைச்சியையும் வைத்து தன் அன்பை தனக்கு தெரிந்த விதமாக வெளிப்படுத்துகிறார். அதனால் அங்கு வரைமுறை யுடன் பூஜை செய்யும் கோசாரியர் கோபமும், வருத்தமும் பெறு கிறார்.

ஒருநாள் (6-வது நாளே) திடீரென சிவலிங்கத்திலிருந்து கண்ணில் இரத்தம் வர தன் கண்ணை அன்பு மிகுதியால் எடுத்து வைக்கிறார். மீண்டும் மறு கண்ணில் இரத்தம் வர அடையாளத் திற்கு தன் செருப்பு கால் கொண்டு லிங்கத்தை மிதித்த வண்ணம் மறு கண்ணையும் எடுக்க அம்பு கொண்டு முற்படுகிறார். அப்போது அசரரீ ஒலித்தது. 'கண்ணப்பா' என அவன் கையை பிடிக்கிறது. அந்த காளஹத்தி மலையின் காவலனாகவும் தன்னை வழிபட வருபவர்கள்

உன்னை வழிபட்ட பின்னே என்னை வந்து அடைவார்கள் எனவும் அருளப்பட்டார். வரலாறு நீள வேண்டாம் என மிக மிக சுருக்கமாக கூறி விட்டேன். நண்பா மனமே, இப்போது இவரின் வரலாறு கூறும் செய்திதான் முக்கியம்.

மனம் : ஆம், ஆம் சொல்லுங்க யோகி.

யோகி : ம், ம்... நண்பா வழிபாட்டு விதிகளின் படி, சிவ வழிபாட்டில் ஆச்சாரம் மிக முக்கியம். தினமும் குளித்துதான் பூஜை செய்யணும், சில அபிசே பொருட்களை இட்டு முறைப்படி, குறிப்பிட்ட நேரத்தில் செய்யணும், விபூதி, ருத்ராட்சம் அணியனும், இறைவன் மீது கால் படகூடாது அது பாவம், மந்திரங்கள் உச்சரிக்கணும், சிவன் சைவர் சைவ படையல் மட்டுமே இட வேண்டும்.

இதெல்லாம் கட்டாயம் விதிமுறையாகும். ஆனால் இவற்றை இந்த வரலாற்றில் வரும் கோசாரியார் முறையாக செய்கிறார். தினமும் செய்கிறார் அது கடமையாகவும், பழக்கமாகவும் தினமும் செய்யப் படுகிறது. ஆனால் நண்பா நன்றாக கவனி இவற்றில் ஒரு விதியை கூட, ஒரே ஒரு விதியை கூட பின்பற்றாதவர் கண்ணப்பர் இன்னும் சொல்ல வேண்டுமானால் இந்த விதிகள் எல்லாம் என்ன என கூட தெரியாதவர். ஆனால் நாம் வழிபாடு சொல்லும் செய்தி 1 ல் பார்த்த வண்ணம் இவற்றின் இலக்கான அன்பை அவர் இறைவனின் மீது ஆனித்தனமாக வைத்தார். ஆகையால் அவர் செய்த செயல் முறைகள் எதையும் பாராது இறைவன் அவருக்கு அருளினார். அவர் சூடி பின் இறைவனுக்கு இட்ட பழைய மலர் அன்பு கலந்ததால் புத்துயிர் பெற்றது, அவர் வாயில் கொண்டு வந்த நீர் தவறானாலும் அன்பு கலந்ததால் கங்கை போல் புனித நீரானது. இறைவனுக்கு பிடிக்காது என சொல்லப்பட்ட மாமிச உணவு அதுவும் தான் சுவைத்த பின் இறைவனுக்கு இட்டாலும் அன்பு கலந்தால் தேவ அமிர்தத்தையும் விட மேலானது என ஆனது. செருப்பு காலினை சிவலிங்கத்தின் மீது வைத்தாலும் அன்பு கலந்ததால் அது குழந்தை விளையாடுவதை போல் இறைவனால் ஏற்கப்பட்டது.

ஆக நண்பா ஆகமத்தை காட்டிலும் அகமாகிய நீயே 'மனமே' இறைவனிடம் முதன்மை மற்ற எதுவும் முக்கியமல்ல என்பதை கண்ணப்பர் வரலாறு உணர்த்தும்.

மனம் : ஆமாம் யோகி புரிகின்றது. ஆனால்;

யோகி : என்ன ஆனால்?

மனம்: அன்பு நிறைந்தது உண்மைதான். ஆனால் கண்ணப்பர் வேடுவர் தினமும் கொலை தொழில் புரிந்து வருபவர். அது மிக இறக்கமற்றவர் என்பதை காட்டுகிறது. அப்படி இருக்க எப்படி இறைவன் அவரை ஏற்றுக் கொண்டார்.

யோகி : நல்ல கேள்வி நண்பா, கர்ம பலனின் விளைவாக அவர் வேடுவர் தொழில் செய்யும் அமைப்பில் பிறந்துள்ளார். ஒருவன் வன்மத்தின் காரணமாக கொலை புரிகின்ற போது பாவ கர்மாவை ஏற்கின்றான். ஆனால் தன் தொழிலில் வன்மம், பகை உணர்வு இல்லாமல் வேட்டையாடுதலை கடமையாக ஏற்று கண்ணப்பர் செய்தார் அதில் எந்த பகை/வன்மம் இல்லை. ஆக அவர் அந்த செயலோடு பந்தமடைய மாட்டார். ஆக பாவத்தின் பாகமாக மாறவும் மாட்டார். மனபந்தமே செயலின் கர்மாவோடு நம்மை பிணைக்கும். கடமையாக செய்தால் அதன் சுகம் - துக்கம் என பற்றுதல் ஏற்படாது, ஆக கர்மா ஏற்படாது என்பதை உணர வேண்டும்.

மனம் : உணர்ந்தேன் யோகி, உணர்ந்தேன்!!

பூசலார் நாயனார்

இவர் ஒரு வேதிய மரபை சார்ந்த ஏழ்மை நிறைந்த அந்தண குலத்தைச் சார்ந்தவர். இவர் இவரின் குடும்பத்தை நகர்த்துவது என்பதே பெரும்பாடு. அந்த அளவு பொருளாதார தட்டுப்பாடு, இப்படி உள்ள சூழலில் சிவனுக்கு ஆலயம் எழுப்ப வேண்டும் என ஒரு விருப்பம் இவருக்கு உண்டு. சரி நம்மால் நிஜத்தில் தான் ஆலயம் எழுப்ப முடியவில்லை. நம் மனதிலே மானசீகமாக ஆலயம் எழுப்ப முடிவெடுத்து அதற்கான எல்லா வழிப்பாட்டையும், அதற்கு தேவைப்படும் எல்லாவற்றையும் நாம் நம் மனதுள்ளே செய்வோம் என முடிவெடுத்து தினமும் தன் கடமைகளை எல்லாம் முடித்து கொண்டு ஒரு மண்டபத்தில் அமர்ந்து கண்ணை மூடி கனவாக

உள்ளுணர்வு பெருக்கெடுக்க கண் மூடி அனைத்து வேலையும் நடப்பதாக மனதுள் உணர்கிறார். உண்மையில் ஒரு ஆலயம் கட்ட எவ்வளவு நாள் ஆகுமோ அவ்வளவு நாளும் அமர்ந்து பொருட்கள், கற்கள், பணம், வேலையாள் என அனைத்தையும் மனதுள்ளே சேர்த்து நல்ல நாளாக பார்த்து பூமி பூஜையிட்டு வேலை துவங்கி கோயில் மானசீகமாக எழுப்புகிறார். அடித்தளம், கருவறை, விமானம், கோபுரம், சிற்பங்கள் என எழுப்புகிறார். எல்லா வற்றுக்கும் உண்மையில் கட்டினால் எவ்வளவு நாள் ஆகுமோ அப்படி அவ்வளவு நாள் மனதுள்ள கனவு கோயில் கட்டுகிறார். ஒரு வழியாக எல்லாம் கட்டி முடிக்கப்பட்டு ஒரு நல்ல நாளாக பார்த்து குடமுழக்கு நாள் குறித்து அதில் கும்பாபிஷேகம் செய்ய முடிவு செய்கிறார். இப்போது இங்கு அதே காலகட்டத்தில் உண்மை யிலேயே காஞ்சி மாநகரில் பல்லவ மன்னனும் கோயில எழுப்பி அதற்கும் கும்பாபிஷேக நாள் குறிக்கிறார். அகவும் பூசலார் குறித்த அதே நாளாக அமைகின்றது. இப்போது இறைவன மனதை எப்படி அங்கீகரிக்கிறான் என பாருங்க மனமே, மன்னனின் கனவில் சென்று சிவபெருமான் அரசனே என் பரம பக்தன் திருநின்றவூரில் ஆலயம் பிரம்மாண்டமாக எழுப்பி நாளையே கும்பாபிஷேகம் வைத் துள்ளான், ஆகையால் நீ உன் தேதியை மாற்றி வைப்பா என கூற, அரசன் உடனே அவர் கட்டிய கோயிலை காண படை, பரிவாரத் துடன் திருநின்றவூர் வந்து பூசலாரை சந்தித்து நடந்ததை கூறி கோயிலை கேட்க அவர் தன் மனதுள்ளாக தான் கோயில் எழுப்பிய

தாக கூற வியப்புற்ற மன்னன் அவரின் பக்தியை மெச்சி திருநின்றவூரில் பூசலர் கண்ட மனக்கோயில் போலவே கோயிலை கட்டி கொடுத்தார். அதுவும் இன்று திருநின்றவூரில் இருதய ஈஸ்வரர் திருக்கோயிலாக உள்ளது. இதுவே பூசலார் வரலாறு.

இது கூறும் செய்தியும் நீர் - அரசனா/ ஆண்டியா, செல்வம் மிக்கவனா/ஏழையா, எழுதவும் தேவையில்லை இறைவனை அடைய மனம் மட்டுமே போதும் என்பதே நண்பா. ஆக ஆன்மீகத்தில் பக்தி மார்க்கம் என்பது முழுக்க முழுக்க மனமே ஆதிக்கம் நிறைந்த சர்வ வல்லமை பெற்ற ஒன்று என்பதை உணர வேண்டும்.

இப்போது புரிகிறதா நண்பா இறைவன் சிவபெருமானே தன்னை அடைய நீதான் (மனம்) வழியென்று உணர்த்துகிறார் என்பது.

மனம் : ஆம் யோகி, தற்போது என்னை நினைத்தால் எனக்கே பெருமையாக உள்ளது. அப்போது இறைவனை அடைய நானே முழு முதற் பொருளாக உள்ளேன் என்னை தாண்டி முக்தி என்பது சாத்தியம் அற்றது அல்லவா?

யோகி : ஆம் நண்பா அனைத்து மத போதனைகள், பூவுலகில் தோன்றிய மகான்கள் என அனைவரும் உன்னை கட்டுப்படுத்தியே இறைவனை அடைய முடியும் என இந்த உயிர் சமூகத்திற்கு ஆழமாக அழுத்தி சொல்லிவிட்டு சென்றுள்ளனர். ஒட்டு மொத்த ஆன்மீக அமைப்பே உன்னை சரிப்படுத்தும் முயற்சியே அதன் மூலமே இறையை அடைய முடியும் என்பதையே உணர்த்துகிறது. ஆக மனம் ஆகிய நீ இன்றி எதுவும் சாத்தியமல்ல. மனிதன் மனித நிலையில் இருந்து உயர்ந்து இறைநிலை பெற்று வீடுபேறு அடைய தன்னை வழிநடத்தும் மனதினை தான் வழிநடத்தி கடக்க வேண்டும் என்றே கூறுவேன்.

மகான்கள் காட்டும் மனிதன் நிலையும் - முக்தியும் :

அன்பர்களே இங்கு உள்ள எல்லா புனித நூல்களும், எல்லா மகான்களும், எல்லா புராணங்களும், எல்லா இதிகாசங்களும், எல்லா தர்மசாஸ்திர நூல்களும், எல்லா உபநிடதங்களும், எல்லா

போதனைகளும் ஒரு கரு, ஒரு கருவான மனதை சுற்றியே உள்ளது என்பதை நம்மால் மறுக்க முடியாது.

கீதை சொல்லும் முக்தி வழி :

கீதை நான்கு முக்கிய மார்க்கங்கள் மூலமாக இறைவனை அடைய வழிக்காட்டும் நூல். நான்கு மார்க்கமும் மனதை கடந்தாலே (அ) மனதை நிலை நிறுத்தினாலே முக்தி என்பதை காட்டுகிறது. பக்தி, கிரியா, கர்மம், ஞானம் என அனைத்து மார்க்கத்தின் ஆணி வேர் மனதை சரிசெய்து கர்ம பந்தத்திற்கு தப்பிக்க வைப்பது ஆகும். ஆக கர்மாவின் ஆனிவேர் மனமே என்பதை உணர்தல் அவசியம் என்றாகிறது. தியானம், தவம் போன்ற நிகழ்வுகள் மூலம் வாசியை நிலைநிறுத்தி மனதை ஒடுக்கி மகான்கள் கர்ம பந்தம் இன்றி வீடு பேறு பெறுகின்றனர். அன்பு, அன்பு, அன்பு, கருணை என உருகி உருகி எல்லா உயிர்களையும் நேசித்து பக்தி மூலமாக கர்மா இனறி வீடுபேறும் அடைகின்றன. வாழ்வில் எல்லா செயல்களையும் ஏற்று நடத்தி அதன் சுக-துக்கத்தை சமமாக பாவித்து செயல்களை கடமை யாக ஏற்று செயல்பட்டு கர்ம பந்தம் அதில் சிக்காமல் வீடு பேறு பெறுகின்றன. வாழ்வில் எதுவும் நிலை அற்றதே என உணர்ந்து நடப்பதை நடக்கிறது என்பதை மட்டும் சாட்சி பாவமாக கண்டு அனைத்தையும் கடந்து சென்று ஞானம் மூலம் கர்மாவில் சிக்காமல் வீடு பேறு பெறுகின்றன. ஆக எந்த நிலை எனினும் பந்தம் அடைதல் கூடாது, அதற்கு மனதை உணர்தல் என்பது அவசியமாகிறது.

மகான்கள் வழிகாட்டல் :

தவத்தின் மூலம் மூச்சு காற்றை கவனித்தால் மனமானது அடங்கும். அது அடங்கினால் ஆசை ஏற்படாது ஆசை இல்லை எனில் எந்த ஒன்றிலும் விருப்பமும் இல்லை வெறுப்பும் இல்லை எனும் பற்றற்ற நிலை தோன்றும், இதுவே முக்திக்கு வழி வகுக்கும். மனதை நிலைநிறுத்தி ஆசையை துற.

- புத்தர்

அன்பும் கருணையும் அதாவது பிற உயிர்களிடம் கொள்ளும் உயிர் இரக்கமே பேரின்ப வீட்டின் திறவுகோல். ஆக அன்பும் கருணையும் குடி கொண்ட உள்ளம் ஒருபோதும் தீமையை

சந்திக்காது. ஆக கர்மாவின் பிடியில் சிக்காது.

- வள்ளலார்

தவம் செய்து உடலை மெருகேற்றி ஆன்ம பலத்தை பெருக்கியும், அன்பே சிவம் என்பதை உணர்ந்தும் முக்தி பெறலாம். "அன்பும், சிவமும் இரண்டு என்பர் அறிவிலார்" என்று திருமந்திரத்தில்

- திருமூலர்

அன்பு செலுத்தி இறைவனை அடைந்த மணிவாசகர் திருவாசகத்தில் 'ஏகன் அனேகன்' என இறைவன் ஒருவனே அவன் எல்லாவும் ஆக இருக்கிறான் என்கிறார். ஆக அனைத்தும் இறை எனும் நிலையும் நாம் யாரிடம் பகை, குரோதம், கோபம், வன்மம் வளர்க்க முடியும் சிந்தித்து பாருங்கள் வாய்ப்பே இல்லை. அனைத்து உயிர்களிடமும் அன்புதான், தோழமைதான் ஏற்படும்.

"அண்டத்துக்கு அப்பால கண்ட சுடரினை உன் பிண்டத்தில் காண் பாய் அடி குதம்பாய் உன் பிண்டத்தில் காண்பாய்"

- குதம்பை சித்தர்

"ஓடி ஓடி ஓடி, ஓடி உட்கலந்த சோதியை"

- சிவவாக்கியர்

இன்னும் பல பல பல.... மகான்கள் கூறுகின்றனர்.

ஆக அன்பு மனங்களே உணருங்கள். மனம், மனமே சகலமும் அனைத்தும் அதனிடமே என்பதை உணருங்கள். இனி ஆன்மீகம் மூலம் அன்பு செலுத்துங்கள். மனம் இவ்வுலகில் உள்ளவற்றையும் பெற்று தரும் ஆற்றல் பெற்றது. வீடுபேறுக்கும் மூலமாய் அமைவது.

"மனதை கொண்டு வாழ்வில் வென்றிடு
மனம் இழந்து வாழ்வையே வென்றிடு"

- யோகி ஜெயபிரகாஷ்

ஆன்மீகம் என்பதை நீங்கள் அறிய வேண்டுமெனில்,

"எல்லாம் இறை
அன்பே வழி
மனமே விழி"

- யோகி ஜெயபிரகாஷ்

3. சூழ்நிலையும் - மனமே உன் நிலையும்

மனம் என்பது எப்படி பார்த்தாலும் எண்ணங்களின் குவியல் உணர்வுகளின் பிறப்பின் மூலம், செயல்களின் உந்து சக்தி,கர்மாவின் ஆனிவேர் என்பதை உணர முடியும். மனம் எவ்வழியோ நாம் அவ்வழியே இயல்பு வாழ்வின் நிலையில் உள்வர்கள் மனதின் அனுமதியின்றி ஒரு அங்குலம் கூட நகர முடியாது. அவ்வாறு இருக்க மனதை சில நேரங்களில் சூழ்நிலைகள் தம் வசமாக்கி அதனை பொங்கி எழவும் செய்கிறது, பக்குவமாக்கி அமைதியும் செய்கிறது.

ஆம் மனம் கொள்ளும் அன்பு, மகிழ்ச்சி, வியப்பு, கோபம், பகை, வன்மம், மன்னித்தல், தண்டித்தல் போன்ற அத்துணை உணர்வுக்கும் அது அமைந்த சூழலே முக்கிய காரணம் என்பதை உணர வேண்டும். ஆக மனம் தனித்து இயங்காது. அதை பெரும்பாலும் சூழலே இயக்கும் என்பதை நாம் உணர வேண்டியது அவசியமானது. இந்த சூழல் ஐம்புலன்கள் மூலமாக மனதை தன் வயப்படுத்தி அதன் இஷ்டத்திற்கு ஆட்டி வைக்கும். அப்போதுதான் வாழ்வின் மிக பெரிய செயல்கள் கூட மிக சாதாரணமாக நாம் செய்து இருப் போம். ஆக ஒவ்வொரு சூழலிலும் மனம் எப்படி அமைகின்றது

என்பதற்கு நாம் சில உதாரணங்களை பார்ப்போம்.

ஏனெனில் அறிவியல் பார்வையில் பார்த்தாலும் மனம் மிகப் பெரிய சக்தி வாய்ந்த ஆயுதம் என்பதை அறிவீர்கள். மனம் என்கிற ஒன்று இல்லை எனில், இவ்வுலகம் என்பது சாத்தியம் அற்றது என்கிறது அறிவியல். மனதின் போக்கை பல நேரங்களில் சூழ்நிலையே தீர்மானிக்கிறது என்பதே உண்மையாகும்.

மனம் என்பது ஐம்புலன்களின் கட்டுப்பாட்டில் இருக்கும்போதே சூழ்நிலை கைதியாக மாறி காரியம் புரிகிறது. ஆம் நண்பர்களே மனம் அனைத்திலும் பலவான் என்றால் மனதை இயக்கும் ஐம்புலன் மனதை விட பலமானவர்கள் என்பதை நாம் உணர வேண்டும். மனம் என்பது ஒரு கண்ணாடி என பாவித்தால் அதில் எந்த பொருளும் எதிரில்லாத போது வெற்றாக உருவ தோற்றம் அற்று இருக்கும். அதன் எதிரே ஒரு பொருள் வரும்போது உருவ எதிரொலிப்பு தரும். ஆக வரும் பொருளின் அமைப்பை அது பிரதி பலிக்கும். அதுபோல தான் மனம் என்பதும் ஒரு வெற்று காகிதம் ஆகும். அதில் ஐம்புலன்கள் ஏதாவது எழுதி கர்ம பதிவாக்கி அதை செயலாக மாற்றி விடுகின்றனர். ஆக ஐம்புலனின் விளைவாகவே மனம் எனும் வெற்று காகிதம் நிரப்பப்படுகிறது என்பதை உணருங்கள். அப்போது உள்ள சூழலுக்கு ஏற்ப மனமும் இசைவு பெற்று செயல்பட துவங்கும்.

குடும்ப - மகிழ்ச்சி மற்றும் துன்பத்தின் போது :

மனம் தன் குடும்பத்தில் ஏற்படும் மகிழ்ச்சியான அனுபவங்களை ஏற்று அனுபவிக்கும். அப்போது அது நல்ல இசைவுகளை ஏற்படுத்தி உடலை முழு உற்சாகத்துடன் வைத்துக் கொள்கிறது. அப்போது மனம் உணரும் மகிழ்ச்சி உடலின் அனைத்து பகுதிக்கும் ஆற்றலை கொடுக்கிறது. மீண்டும், மீண்டும் அந்த சூழல் ஏற்பட வேண்டும் என விரும்புகிறது. அந்த நேரத்தில் தன் உறவுகளுடன் நல்ல சூழலை பகிர்ந்து நல்ல கர்மாவை ஏற்படுத்துகிறது. இதன் விளைவால் மனம் மீண்டும் நல்லதை அனுபவிக்க இசைவுகளை பிரபஞ்சத்திற்கு ஏற்படுத்தும்.

அதே குடும்பத்தில் ஏதாவது ஒரு ஏற்கதக்கது அல்லாத கெட்ட சம்பவங்கள் நடைபெறும் போது அதன் விளைவு மனதில் பாதிப்பாக பதிகின்றது. ஆக அன்பர்களே இந்த எண்ண அலைகள் கடும் தீய விளைவை ஏற்படுத்த பிரபஞ்சத்தில் இசைவை தரும். அதன் விளைவாக சரியில்லாத சூழலில் நாம் செய்யும் அனைத்து காரியங்களும் மனம் தெளிவு நிலையில இல்லாததால் தடுமாற்றம் பெற்று தோல்வி/காரிய தாமதம்/தடை தரும். ஆக கெட்ட நிகழ்வுகள் உதாரணமாக குடும்ப சண்டை உறவினர் மரணம் போன்றவற்றின் போது மன தடுமாற்றம் பெரும். அதனால் நமது அனைத்து இயல்பான செயல்பாடுகளும் சரியாக இயங்காது பாதிப் படையும். ஆக மன தடுமாற்றம் மீண்டு சற்று ஓய்ந்து அடங்கும் வரை நாம் நம் இயல்புக்கு திரும்பி சகஜமான வாழ்வை மேற் கொள்ளுதல் என்பது சாத்தியமற்றது ஆகிறது.

ஆக அன்பர்களே இதை நீங்கள் நிச்சயம் தமது சொந்த வாழ்வில் உணர்ந்திருப்பீர்கள் அல்லவா. ஆக மனம் எனும் இந்த ஒருவன் தடுமாற்றம் பெற்றால் நாம் தடுமாற்றம் பெருவதை தாம் உணர முடிகிறது அல்லவா. ஆமாம் இதே மகிழ்ச்சியான சில சம்பவங்கள் மூலம் கிடைக்கும் மன பூரிப்பு/மனநிறைவால் நாம் இயல்பை விட மிக சுறுசுறுப்பாக சரியான வழியில் வேகமாக காரியங்களை செய்து முடித்து அதிக அளவு நன்மையை பெருகிறோம். அப்பா - மகன், கணவன் - மனைவி... என இவர்களின் சுக-துக்கம் பரிமாற்றம் மூலம் மனதில ஏற்படும் மாற்றம் நம் வாழ்வில் செயல்பாடுகளிலும் மாற்றத்தை ஏற்படுத்தும் என்பதே உண்மையாகிறது. இதை மறுக்கவும் முடியாது.

காதல் வெற்றி மற்றும் தோல்வியின் போது :

இந்த சூழல்களை படிக்கும்போதே அப்படியே மனதில் கற்பனை யாக காட்சிப்படுத்தி உள்வாங்கி படியங்கள். இதன் ஆழம் நன்றாக உங்களுக்கு மிகவும் எளிமையாக பிடிபடும். உணர்தல் மிக மிக எளிமையாக அமையும்.

ஒரு பருவ வயது ஆண் - பெண் இருபாலரிடையே ஏற்படும் ஒரு வகை ஈர்ப்பே பின்பு காதலாகவும் மாறுகிறது. இதை அப்படியே

உணருங்கள். காதலை வெளிப்படுத்தும் முன் ஒரு பெண்ணை பார்த்து ஈர்ப்பாகி அவன்பால் காதல் கொள்ளும் ஆண் அந்த பெண்ணை எப்போதெல்லாம் பார்க்கிறானோ அப்போதெல்லாம் அவன் உடலில் பலவித ரசாயண மாற்றத்தை ஏற்படுத்தும். அது அந்த பெண்ணின் ஞாபகமாகவே அவனை இருக்க வைக்கும். அவன் தினமும் 8 மணி வரை உறங்குபவனாக இருந்தாலும், சோம்பேறி யாக இருந்தாலும்கூட அந்த பெண்ணை பார்க்க காலை ஏழு மணிக்கெல்லாம் தயாராகி வந்து முதல் ஆளாக நிற்பான். தன்னை நோக்கி அப்பெண்ணின் கவனம் திரும்ப அனைத்து விதமான உத்திகளையும் கையாண்டு செயல்புரிவான். எதிலும் சரியான நேரத்தை கடைபிடிப்பான், பொறுப்பாக நடந்து கொள்வான். ஆனால் தன் குடும்ப உறவுகள் எப்படி சொல்லியும் எழாத சோம்பலை தவிர்க்காத அவன் தன் காதலை வெளிப்படுத்த, அவன் மனதில் இடம் பெற இவற்றை செய்வான். இதில் விந்தை என்ன வெனில் அலாரம் வைத்தும் இதன் முன் எழாதவன் அலாரம் இன்றி எழுவான்.

ஒரு வேளை அந்த பெண்ணும் இவனை பார்க்க துவங்கி விட்டால், ஒரு வேளை காதலையே சொல்லி விட்டால் என்றால் இவன் அந்த இமயத்தையும் வில்லாக வளைக்கும் ஒரு ஆற்றல் பெறுவான், அந்த கணம் ஒரு பேரின்ப உச்சத்தை அடைகிறான். அவன் உடல் பறப்பது போல், நோபல் பரிசு பெரும் அளவிற்கு ஏதோ சாதனை செய்ததை போல் மனம் துள்ளி குதிக்கும். அந்த நிமிடம் அவன் சர்வ வல்லமை படைத்த ஒரு இறைவனுக்கு ஒப்பானவன் போல் உலகமே தன் கைகுள் உள்ள ஒரு உணர்வு கிட்டும். அப்போது அவன் வீரத்தில் அர்ஜீனனாக, யார் என்ன கேட்டாலும் தானத்தில் கர்ணணாகவும், அழகில் மன்மதனாகவும் தன்னை உணர்வான். இதே மன சூழல் அவன் வாழ்வில் மகிழ்ச்சியை தரும் பலவற்றை உந்துதலுடன் செய்ய அவனை தூண்டும், வெற்றியாளனாக திகழ்வான் அவன். அவன் இதை அனைத்தையும் அடைய மூலமாக நிற்பது அந்த மனதின் மகிழ்ச்சி யின் பூரிப்பு நிலையாகும். இவனுக்கு பிடிக்காத ஒன்றைக் கூட அந்த பெண்ணுக்கு பிடிக்கும் எனில் ஏற்று கொள்பவன் ஆக காதல்

உணர்வு என்பது ஒருவரின் அகங்காரத்தை உடைக்கும் ஆற்றல் பெற்றது. அந்த பெண் ஒருவேளை இவனை ஊக்குவித்தால் எதெல்லாம் தன்னால் முடியாது என்று நினைக்கிறானோ அவற்றையும் செய்யும் உத்வேகம் கிடைத்துவிடும். அப்போது சாதாரணமான அவன் தன் ஆற்றலையும் மீறிய அசாதாரண செயல்களை எளிமை யாக செய்து விடுகிறான். ஆக ஒரு மனிதனை சாதனையாளனாக மாற்றும் ஆற்றல் காதல் எனும் உணர்வுக்கு உள்ளது என்பதை நாம் நன்கு உணர வேண்டும். காதல் குடிகொண்ட உள்ளம் தன் காதலுக்கு எதெல்லாம் தடையாக இருக்கிறதோ சாதி, மதம், சடங்கு, ஏற்றத்தாழ்வு, ஏன் தன் பெற்றவர்களையும் தூக்கி வீசும் தைரியம் ஏற்படுகிறது. காரணம் காதல் உணர்வு எனும் மனதின் நிலையே, மனதில் வேரூன்ற வேறெதும் அதை எதிர்க்க முடியாது.

அன்பு மனங்களே காதல் குடிகொண்ட உள்ளம் சகலத்தையும் வெல்லும் என்பதை பார்த்தோம், அதே போல் உண்மையான காதல் சில நிலைகளில் தோல்வியை தழுவும் நிலை ஏற்பட்டால்....

இதுவரை எவற்றையெல்லாம் அழகிய அமைப்பில் ரசித்தானோ அவற்றின் மீது வெறுப்பு ஏற்படுகிறது. அசாதாரண செயல்களை புரியும் ஆற்றல் கொண்டவன் தன் பலதுக்கு உட்பட்ட வெறும் மிக எளிதான சாதாரண செயல் செய்வதிலும் தடுமாற்றம் அல்லது தோல்வி சந்திக்கிறான். இமயத்தை வளைக்கும் எண்ணம் தற்போது சிறு எறும்பை கண்டு கூட அச்சம் கொள்ளும். கவனம் சிதறி தன் இயல்பு வாழ்வில் தடுமாற்றம் பெறுவான். இருந்த காதலின் ஆழத்தை பொறுத்து வலியின் அளவும் ஆழமாக அமைகிறது.

வேலையில் கவனமின்மை, வேலை பிரச்சனை, குடும்ப உறவுகளிட மிருந்து தனிமை பெறல், வெளியில் செல்வதை தவிர்த்தல், யாரிடமும் நம்பிக்கை அற்று போதல், வாழ்வில் பிடிமானம் அசைதல், உணவு மறுத்தல், தேக தொந்தரவு என காரிருள் அவனை பிடிக்கிறது. ஒரு சிலர் பெரிய கல்வியாளர், நல்ல பொறுப்புள்ள அந்தஸ்து என பெரிய உயரத்தில் இருப்பர், ஆனாலும் இதனை வெல்ல முடியாமல் தவிப்பர். அன்பர்களே இன்னும் சிலர் வாழ பிடிக்காமல் இவ்வுலக வாழ்வையே தியாகம் செய்யும் நிலைக்கு

வருகின்றன. இவை அனைத்தின் ஒற்றை காரணம் மனம் காதலில் கொண்ட பந்தமும் அதில் கொண்ட லயித்தலும் திடீரென இல்லை எனும் போது மனம் கடும் பின்னடைவை சந்திக்கிறது. அது அறிவு, அனுபவம் என அனைத்தையும் தாண்டி நமக்கு வலியை ஏற்படுத்தும்.

வாழ்வில் வெற்றி - தோல்வியின் போது மனம் :

அன்பர்களே இன்று அனைவரையும் ஒருபுறம் பந்தய குதிரைகள்போல் இயக்கி வாழ்வில் அவர்களை ஓடுங்கள் ஓடுங்கள் என அவர்களை இழுத்துக் கொண்டு ஓட செய்வது இலட்சிய உணர்வும், மனதில் எண்ணமாக துளிர்விட்டு உணர்வாக வேரூன்றி பின் நம் வாழ்வியலை அப்படியே தன்வசப்படுத்துவது இலட்சிய உணர்வே. இலக்கை நோக்கி ஓடும் மனிதன் தன் வாழ்வின் பிற பகுதிகள் சார்ந்த இன்பங்களை இலக்கிற்காக இரையாக்கி விடு கின்றன. எந்நேரமும் இலட்சியம்... என ஒருவர் வேலை, பதவி, அந்தஸ்து, புகழ், பணம், சொத்து... என இலக்குகள் பல உண்டு அவற்றை அடைதலையே வாழ்வின் நோக்கமென மனம் ஏற்கிறது. அது மனதிற்கு பிடித்தாயின் அதன் மீது அந்த பற்று கொண்டு அதை நோக்கியே சிந்தனை, செயல் என வாழ்வின் அனைத்து அசையும் அமைகிறது.

ஒருவேளை இலக்கை அடைந்தால் மனம் ஆனந்த களிப்பில் திளைத்து மீண்டும் இன்னொரு பெரிய இலக்கை நோக்கி செல்லும், சமயத்தில் வெற்றியின் சுவை தான் அனைவரை விட சிறந்தவன் என்னும் அகங்கார போதயை தரும் ஆக ஒரு சில நிலையில் பிறரை மதிக்காமல், ஏற்றத்தாழ்வு பார்த்து பாவத்தின் பாகமாக மாறு கிறோம்.

ஒருவேளை தோல்வியை சந்தித்தால் பலர் அவ்வளவுதான் நாம் எதற்கும் லாயக்கு இல்லை என குறுகிய மனபாங்குடன் அப்படியே சுருண்டு விடுகிறோம். இது நம் பலத்தை இழக்க செய்கிறது. ஆக மனம் சொல்லும் நிலையில் தான் வெற்றி - தோல்வி என்பதை நாம் உணர வேண்டும்.

உறவு பிரச்சனைகளின் போது மனதின் நிலை :

அன்பர்களே நன்றாக உள்வாங்கி பாருங்கள். இது மிக மிக எளிதான ஒரு பகுதி. ஆனால் இதன் விளைவு பலமானதாக அமையும்.

உறவு, நட்பு என நம் உடன் இயங்கும் யாரானாலும் நாம் அவர்களுடன் ஒரு மன பந்தப்பட்ட நிலையில் இருக்கிறோம். ஆனால் ஏதோ கால சூழலின் பொருட்டு ஒரு கசப்பு உறவில் வரும் போது ஏற்படும் விளைவு பலரின் வாழ்வை தலைகீழாக மாற்றும் என்பதை தாம் கண்டு இருப்பீர்கள். இந்த கசப்புகள் சின்ன புரிந்துணர்வு தவறால் கூட நிகழலாம். அல்லது மனதின் ஆசை, விருப்பு, வெறுப்பால் ஒருவரின் செயல் இன்னொருவரை பாதிக்கும்போது அவர்கள் இடையான மன இனக்கம் குறைவு பெற்று உறவில் விரிசல் ஏற்படும் கணவன்-மனைவி, நட்பு, காதல், அப்பா - மகன்.... என்பது பிளவு பெறும். இவை மனதில் பகை உணர்வை வெளிப்படுத்தும். இதனால் பலரின் மன வாழ்வு இன்றளவும் கேள்வி குறியாகிறது. பெரும்பாலும் இந்த உறவு பிரச்சனைக்கு காரணம் மூன்றே மனதில் சுயநலம் மேலோங்கள், ஆசை அதிகரித்தல், பகைமை உணர்வு இவற்றால் உறவு கடும் பாதிப்புக்கு உள்ளாகிறது. நண்பர்களே மனதின் இந்த உணர்வு நிலைகளே மனித குல உறவுகள் மேம்படவும், உறவுகள் கசக்கவும் காரண கர்த்தாவாகிறது. எல்லா வகை பிரச்சனைக்கும் மனதின் இந்த மூன்று உணர்வு நிலைகளே காரணம் ஆகிறது.

நம்பிக்கை உடையும் போது - மனம் :

அன்பு மனங்களே உலக நகர்வின் நிலைக்கு மனதின் ஆழமான நம்பிக்கை காரணமாகிறது. இது நெருங்கியவர்கள் மீது நாம் நம்பிக்கை அதீத அளவில் வைப்போம். நம் மனதில் அவர்கள் அசைக்க முடியாத இடத்தில் இருப்பவர்கள். நட்பு, உறவு என யாராகவும் இருக்கலாம்.

ஒரு சில நிலைகளில் நம் நம்பிக்கை உடையும்போது நமக்கு நெருங்கியவர்கள் மூலமாக நாம் உயிராக நேசிப்பவர்கள் நம்பிக்கை துரோகம் செய்யும் போது மனம் சுக்குநூறாக உடைந்து நம் நிலை

தடுமாற்றம் அடைகின்றோம். ஆகையால் நம் வாழ்வில் பெரிய திருப்பங்களை அது தருகின்றது. இதை ஒரு உண்மை உதாரணம் மூலம் விளக்குகிறேன். அப்போது தான் நம்பிக்கை உடையும் போது மனம் அடையும் போது நிலையும் அதனால் வாழ்வில் ஏற்படும் திருப்பங்களையும் தங்களால் முழுமையாக உணர முடியும். இதை நீங்கள் எல்லா சூழலிலும் பொருத்தி பார்த்துக் கொள்ளலாம்.

எனக்கு நண்பரான ஒருவர் அவரின் வாழ்வு திடீரென ஆறு மாத காலத்தில் நிலைகுலைந்து இன்று அவரே இல்லை எனும் சூழலில் இருக்கிறது. அவருக்கு வயது முப்பத்தி எட்டு சென்னையில் ஒரு வியாபாரம் செய்து வருகிறார். தொழில் நன்றாக வளர்கிறது பொருளாதார தன்நிறைவு பெற்றவர். காதல் திருணம் நடந்து ஒன்பது வருடம் ஆகிறது இரண்டு குழந்தைகள் உண்டு. கணவனும் - மனைவியும் நல்ல அன்பான தம்பதிகள் கால சூழலில் நன்றாக நகர்ந்த வாழ்வில் திடீரென வந்தது ஒரு திருப்பம். அவரின் மனைவி சற்று காலமாக இவருடன் இயல்பாக இல்லை. ஏதோ மாற்றம் அவர்களிடம் தென்பட்டது. இவரும் ஏதாவது உடல் முடியவில்லை என கேட்டால் ஒன்றுமில்லை என்று சொல்லிட்டாங்க. சிறிது காலம் போக போக மனைவியின் நடவடிக்கை இயல்பை போல் இல்லை. இவருக்கு ஒருபுறம் கவலையும் சற்று சந்தேகமும் மேல் எழும்புகிறது. ஒருமுறை எதேச்சையாக என்ன நடக்கிறது என கண்காணிக்க செய்கிறார். அப்போது தன் அன்பான காதல் மனைவிக்கு இன்னொரு ஆணுடன் தொடர்பில் தவறாக பழகுவதை தெரிந்து கொண்டார். ஆனால் இவர் மிகவும் சாது மனைவியிடம் கண்டிக்க முடியவில்லை, யாரிடமும் சொல்லவும் முடியவில்லை. தெரிந்தும் தெரியாதது போல் அப்படியே நகர்ந்தாலும் அவரின் மனம் நகரவில்லை. கடும் மன அழுத்தம் மனைவி, உறவு, உலகம் மீது நம்பிக்கை இழக்கிறது. இந்த கவன சிதறலால் தொழில் கவனம் குறைந்து மூன்று மாதத்தில் பெரும் நட்டம் ஏற்பட்ட கடனை வீட்டை விற்று அடைத்தும் தீரவில்லை. உடல் நோய்வாய்ப்பட்டு உடல், மனம் இரண்டும் சரியில்லாமல் அதே ஆண்டு மனைவியிடம் அவர்களின் தவறை சுட்டிக்காட்டியும் அவர்கள் மீண்டும், மீண்டும் இவரை ஏமாற்றுவதை கண்டு தாங்க முடியாமல் ஒருநாள் தன்

படுக்கை அறையிலேயே மின்விசிறியால் தூக்கிட்டு இறந்து போனார். அவரின் மனநம்பிக்கை உடைந்த ஒரே காரணத்தால் தன் வாழ்வையே வெறுத்து விட்டார். மனதின் பலத்தை பாருங்கள்.

நெருக்கடி நிலைகளில் மனதின் பங்கு :

ஒரு சாதனையாளன் மனிதனாகவும் - ஒரு எளிய மகன் அசாதாரண செயல்புரிவதும் இந்த நெருக்கடி நிலையில் தான் என்பதை நீங்கள் உங்கள் வாழ்வில் பார்த்திருப்பீர்கள். இதற்கு இரண்டு உதாரணங்களை நாம் பார்க்கலாம்.

சூழல் 1 :

ஒரு பெரிய செல்வந்தர், தொழிலதிபரை எடுத்துக் கொள்வோம் அல்லது பெரும் பதவிகளில் இருப்பவர்களை எடுத்துக் கொள் வோம். கடும் பொருளாதார நெருக்கடியில் சிக்கும்போது அல்லது தங்களுக்கு பெருத்த அவமானத்தை தரும் சம்பவம் வாழ்வில் நடை பெறும்போது என்ன பலமானவர் ஆனாலும் பலர் தற்கொலை செய்து கொள்வதை நாம் பார்த்திருப்போம். உதாரணமாக எத்தனையோ காவல்துறை உயர் அதிகாரிகள் (படிப்பு, அறிவு) பல சூழல்களில் பயிற்சி பெற்றவர்கள் தங்கள் அலுவல் ரீதியான அல்லது தனிப்பட்ட வாழ்வில் ஏற்படும் சில நெருக்கடி சூழலை தாக்கு பிடிக்க முடியாமல் தற்கொலை செய்து கொள்கின்றனர். சாதாரண குடும்ப சண்டைகளில், தோல்விகளில் பலர் சிறு காயவலியை கூட தாங்க முடியாதவர்கள், அந்த நெருக்கடி சூழல் மனதை ஆளும் போது செய்வதறியாது இப்படி தவறான முடிவு எடுத்து விடுகின்றன. அவர்களின் எல்லா ஆற்றலும், அறிவும் அங்கு தோல்வியையே தருகின்றது.

சூழல் 2 :

நம் கிராமங்களில் பார்த்தது உண்டா வீடுகளின் ஒதுக்குப்புறம்/புதர் பகுதிகளில் கோழிகள் அப்படியே மேய்ந்த வண்ணம் இருக்கும். அடிக்கடி கீரிகள் அவற்றை தாக்க வரும். அப்போது இரண்டு நிகழ்வு நடக்கும் ஒருவேளை அந்த கீரி மிக நெருக்கமாக வந்துவிட்டது கோழியும் ஓடும். ஆனால் மிக நெருக்கத்தால் வரும் போது

கோழிகள் இயல்பில் ஒரு 3 முதல் 4 அடி உயரம் பறக்கும் ஒரு 5 அடி நீளம் பறந்து தாவும் ஆற்றல் பெற்றது அவ்வளவுதான். ஆனால் இப்போது உயிர் பயம் தன்னை எப்படியாவது காத்து கொள்ள வேண்டும் எனும் பயத்தில் மிக மிக கடுமையாக முயற்சித்து அந்த நெருக்கடி நிலை அசுர ஆற்றல் பெற்ற பறவைபோல் 15 அடி உயரத்திற்கும் கூட 20 முதல் 25 அடி (நீளம்) தூரத்திற்கு பறந்து தன் உயிரை காக்கும். ஆம் அந்த நெருக்கடி உணர்வு மனதில் ஏற்படும் போது பின்விளைவை யோசிக்காமல் உடலில் ரசாயன மாற்றம் பெற்று ஆற்றல் பெரும்.

அதே இடத்தில் தன் குஞ்சுகளும் உள்ளது என வைத்து கொண்டால், இயல்பில் கீரியிடம் இருந்து உயிர் தப்பித்தால் போதும் எனும் நிலையில் தலைதெறிக்க பறந்தோடும் கோழி தன் குஞ்சுகள் மீது கொண்ட பற்றால் அவற்றை காக்க வேண்டுமென எண்ணி மன உறுதி எதிர்த்து நின்று அந்த கீரியை சண்டையிட்டு விரட்டும். இதை அப்படியே பார்த்தால் தங்களுக்கு ஒன்று புரியும் தன் பலத்திற்கு ஆட்படாத பெரிய காரியங்களும் நெருக்கடி நிலையில் நடைபெற மனம் ஆற்றல் பெரும். தன்னை அழித்து கொள்ளும் கோழை தனத்தையும் தரும். இதை நிரூபிக்கும் விதமாக தன் பெண் குழந்தையை தாக்க வந்த சிறுத்தையுடன் சண்டையிட்டு அதை கடித்து கொன்ற ஒரு தந்தையை பற்றி 2024-ல் செய்திகள் வந்தது. ஆக நெருக்கடி நிலையில் நேர்/எதிர் மறையில் மனம் அதீத ஆற்றல் பெரும்.

●

4. அறிவியலும் - மனமும்

அன்பர்களே மனம் எனும் மந்திர வார்த்தைக்கு பலர் பல நிலையில் விளக்கங்கள் அளித்தாலும் ஆன்மீகம் - அறிவியல் என எதன் மூலமும் சரிவர தெளிவான விளக்கங்கள் இதுவரை அறியப்பட வில்லை என்பதே உண்மையாகும். நாம் இதுவரை அறிவியல் மூலமாக ஏற்படுத்திய அல்லது உணர்ந்த அனைத்தும் மனதின் தன்மைகளை விளக்குகிறது. அதன் செயல்பாடுகளை விளக்குகிறது, அதன் ஆற்றலை விளக்குகிறது. ஆனால் அனைத்திலும் அடிப்படை யான மனம் என்பது என்ன? நம் உடலில் எந்த இடத்தில் அது உள்ளது, எவ்வளவு எடை கொண்டது, என்ன நிறமுடையது, திடமா, திரவமா, வாயுவா எப்படி இருக்கும், இல்லையெனில் முளையும் அதுதானா? என எந்த விளக்கமும் அறிவியலாலும் சொல்ல முடியவில்லை என்பதே உண்மையான நிலையாகிறது. நம்மிடையே வாழ்ந்து சென்ற யோகிகள், ஞானிகள், சித்தர்கள், மகான்கள் அனைவரின் போதனை என்பது உடலை கடந்து முழுக்க முழுக்க மனம் சார்ந்தே உள்ளது. கட்டுகட்டான விளக்கமும், நூற்றுக்கணக்கான நூல்களும், பலதரப்பட்ட ஆய்வுகள் மனதை நோக்கி நிகழ்ந்த வண்ணம் உள்ளது. ஆனாலும் முழுமை பெற்றதா

எனில் இல்லை என்பதே பதிலாகிறது. அறிவியல் அமைப்பில் இது சார்ந்து ஆய்வுகள் மேற்கொண்ட மனம் சார்ந்து பல கருத்துக்கள் இன் அறிவியலில் மேம்பட அடிப்படை காரணமாக இருந்தவர் முராவியா நாட்டை சேர்ந்த ஆயிரத்து எண்ணூறுகளில் வாழ்ந்த அறிஞர் சிக்மண்ட் பிராய்டு ஆவார். இவரே உளப்பகுப்பாய்வின் தந்தை என அழைக்கப்படுகிறார்.

இவர் மனநல, நரம்பியல் மருத்துவர், கனவுகள் சார்ந்து பல ஆய்வுகள் மேற்கொண்டு மனதை பிரித்து வழங்கினார். உடல் நோய் களுக்கும் ஆழ்மனத்திற்கு தொடர்பு உண்டு என்பதை விளக்கியவர். ஆனால் என் சொன்னாலும் மனம் சார்ந்து பல மாறுபட்ட கருத்துக்கள் எழும்பிய வண்ணமே உள்ளது என்பதில் மாற்றம் ஒன்று மில்லை.

"எல்லா செயல்களுக்கும் காரண கர்தாவாகவும்
எல்லாவற்றையும் ஆக்கவும் செய்யும்
எல்லாவற்றையும் அழிக்கவும் செய்யும்
ஆனால் அறிதலுக்கு அப்பேற்பட்டும்
ஆன்மீகத்தில் அகபட்டும் சர்வமென நிற்பதே மனம்"

ஆம்,
"ஏதும் இல்லாத ஒன்று ஆனால்,
எல்லாவற்றுக்கும் காரணமான ஒன்று – மனம்"

- யோகி ஜெயபிரகாஷ்

அதன் பிறப்பிடம் தெரியாது. ஆனால் நம் பிறவியின் நீடிப்புக்கு காரணம் அதுவே, அதன் செயல்பாடுகளை அறிய முடியாது. ஆனால் நம் செயல்பாட்டுக்கு காரணம் அதுவே இப்படியான விந்தையானதே மனம் என்றாகிறது.

அறிவியல் படியும், சாதனையாளர்கள் வாழ்வியல் அனுபவ கூற்றின் படியும் நம்மால் மனதை உணர்ந்து செயல்பட்டால் அனைத்தையும் அடைய முடியும் என்பதே வெளிப்படும் இங்கு மனோதத்துவ துறை என்றே ஒன்று உள்ளது. சாதனையாளர்களின் கருத்துக்களும் மனதை சூழ்ந்த வண்ணமே உள்ளது.

மனதின் செயல்பாடு :

மனம் என்பதே செயல்பாடுகளுக்கும், நம் வாழ்வில் நடக்கும் அத்துனை காரியங்களுக்கும் காரண கர்தாவாகிறது என்பதை நாம் உணர வேண்டும். மனம் என்று ஒன்று இல்லாமல் மனித சமூக நகர்வு என்பது சாத்தியம் அற்று ஆகிறது.

மனம் என்பது யாதெனில் எண்ணங்களின் குவியல் அல்லது எண்ணங்கள் பயனிக்கும் வழித்தடம் அவ்வளவுதான் என புரிதலாக கொள்வோம். இந்த எண்ணம் என்பதே அனைத்தின் கட்டமைப்பு என்பதே உண்மை. ஒரு கட்டிடம் தேவை எனில் அதை கட்ட சிமெண்ட், ஜல்லி, கல், கம்பி இவை தேவை அதுபோல ஒரு செயல் நடை எண்ணம் என்பது தேவை ஒவ்வொரு செயலும் எண்ணத்தின் மூலமே கட்டமைக்கப்படுகிறது என்பதே புரிதலாகும்.

இந்த எண்ணங்கள் எப்படி தோன்றும் என்றால் அதற்கும் தெளிவான பதில் இல்லை இப்படியும் இருக்கலாம், அப்படியும் இருக்கலாம் என்றே அறிவியல் கூறும். மனதின் எண்ணங்கள் சிலது இயல்பாக முன்வினை கர்ம பதிவுகளால் தக்க காலங்களில் ஏற்படும். அது மனதின் வழியே பிரவாகமாக இருக்கும். சில எண்ணங்கள் ஐம்புலன் வழியாக தூண்டப்பட்டு மனதில் நகர்வா நினைவாக அமையும். இப்படியாக எண்ணம் மனதில் தோன்றும். இந்த எண்ணம் தான் மனதின் ஆரம்ப நிலையாக அமைகிறது. எண்ணம் என்பது சில நேரத்தில் தன்னிச்சையாகவும், சில நேரங்களில் தூண்டுதல் மூலம் அமையும். இந்த எண்ணங்கள் சிந்தனையாகி அந்த சிந்தனைகளே செயல்களாக மாறுகின்றது என்கிறது மனோ தத்துவம், அறிவியல் ஆக செயல்களின் ஆரம்பநிலை என்பது எண்ண மாகும்.

ஆக அன்பு மனங்களே நீங்கள் உணர வேண்டியது என்ன எனில் அனைத்து செயல்களும் மனதின வழியே ஆரம்பம் ஆகி மனதின் வழியே பூரணத்துவம் பெறுகிறது. இதுவே மனதின் தனி பெரும் ஆற்றல். நமது ஒவ்வொரு அன்றாட வாழ்வின் நிகழ்விலும் மனம் மிக முக்கிய பங்காற்றும் அதை சில உதாரணங்களுடன் பார்ப்போம்; அதன் மூலம் மனம் சார் புரிதலை நாம் உணர முடியும்.

படிப்பின் போது மனதின் பங்கு :

கல்வி பயிலும் காலங்களில் ஐம்பது மாணவர்கள் ஒரு வகுப்பில் இருந்தாலும் ஒரு சில மாணவர்களே முதல் மதிப்பெண் போட்டி யில் ஈடுபடுவர். காரணம் அவர்கள் வகுப்பு நேரங்களில் கூர்ந்து கவனிக்கும் பழக்கம் கொண்டிருப்பர் மன ஒருமைப்பாடு காரண மாக அவர்கள் மனதில் அப்படியே பாடம் பதியும். ஆனால் பல மாணவர்கள கவன சிதறல் பெறுவதால் நன்றாக புரிந்து கொள்ள முடிவதில்லை என்பதே உண்மை. சில நேரங்களில் மனம் படிப் பதில் லயித்தால் தன்னை சுற்றி நடப்பதை கவனிக்க முடியாது நடப்பதும் தெரியாது. மனம் ஒன்றில் லயித்தால் முழு கவனம் அங்கு சென்று விடும்.

"ஐம்புலனும் மனதை அசைதது்க் கொண்டே இருக்கும்
அதை ஏதேனும் ஒன்றில் நிலைபெற செய்தால்
பிற புலன்களின் தூண்டுதல் மனதை அசைக்க முடியாது"

- யோகி ஜெயபிரகாஷ்

இதற்கு ஒரு எளிமையான உதாரணம் சொல்ல வேண்டுமெனில் 10ஆம் வகுப்பு படிக்கும் போது ஒருநாள் மதியம் உணவு வேளை முடிந்து சுமார் இரண்டு மணிக்கு நண்பர்களுடன் ஆங்கில பாடம் மனப்பாட பகுதியை ஒருமணி நேரம் படித்தேன். நான்கு வரிகள் மட்டுமே மண்டையில் பதிந்தது காரணம் அந்த பாடம் எனக்கு பிடிக்கவில்லை வெளியில் பாடிகொண்டிருந்த ரேடியோ சத்தமும் என்னை திசை திருப்பிக் கொண்டே இருந்தது. கவனச்சிதறல் ஆக மனம் ஒன்றாததால் சரியாக படிக்க முடியவில்லை (ரேடியோ சத்தம் காதில் கேட்கிறது, நண்பர்கள் செய்யும் சேட்டைகள் கண்ணில் தெரிகிறது)

அதே நாள் மூன்று மணியிலிருந்து (4.30 பிஎம்) நான்கரை மணி வரை வரலாறு பாடம் படித்தேன் எனக்கு மிகவும் பிடித்த பாடம் முழு ஈடுபாடு கொண்டு படித்தேன். 25 பக்கம் படித்து முடித்தேன். அதில் என்னை எப்படி கேள்வி கேட்டாலும் என்னால் பதில் சொல்ல முடியும். ஆனால் அப்போதும் ரேடியோ பாடிக் கொண்டிருந்தது, நண்பர்கள் சேட்டை, கூச்சல் இருந்தது. ஆனால் இவை ஒரு துளி

கூட என் கண்ணிலோ காதிலோ விழவில்லை. ரேடியோ சத்தமே என்னால் உணர முடியவில்லை. காரணம் மனம் ஈடுபாடுடன் பாடத்தில் ஒரு நிலைப்பட்டது. ஆக ஐம்புலனை (தூண்டல்) மனம் கடந்து ஒன்றில் நின்ற போது என்னால் நன்றாக படித்ததை உணர முடிந்தது. சரியாக அந்த பாடம் படித்து முடித்து புத்தகத்தை கீழே வைத்த மறு நொடியே ரேடியோ சத்தம், கூச்சல் சத்தம் காதில் ஒலிக்க உணர்ந்தேன்.

சமைக்கும் போது மனதின் பங்கு :

சமையல் ஒன்று சிறப்பாக இருந்தால் பெண்கள் ஆண்கள் மனதில் இடம் பிடித்து விடுவர். அப்படி நன்றாக சமைப்பவர் களுக்கும் மற்றவர்களுக்கும் உள்ள வித்தியாசம் ஈடுபாடும், கவனமும் தான். சமைக்கும்போது இதற்கெடுத்து அதை போட வேண்டும். அதன்பின் இதை சேர்க்க வேண்டும், இவ்வளவு நேரம் சூடேற்ற வேண்டும் என்பதெல்லாம் முழு கவனத்தை மன ஒருமைப்பாடுடன் செய்யும் போது நாம் சமையல் ருசிக்கும்.

அதையே அதே நபர் ஏதேனும் எண்ண கவன திருப்பம் பெற்று எதையோ யோசித்துக் கொண்டே உணவு செய்தால் சில பொருட்கள் ஏற்ற இறக்கமாகி சமையல் கெடுகிறது. மிக மிக எளிமையான ஒன்றே இதை நாம் அப்படியே தினசரி வாழ்வில் ஒவ்வொரு செயலிலும் பார்க்க முடியும்.

அதே போல்தான் உணவு மருந்து என்பது மிக உண்மை அது போலவே மனம் அதில் ஈடுபட்டால் அது உண்மையில் மருந்தா கிறது. உணவு உண்ணும் போது வேறு வேறு சிந்தனை மற்றும் பேச்சு (அ) வேக வேகமாக உண்பது இதன் மூலமே செரிமானம் சரியாக ஆகாமல் அஜீரணம், சுகர், வயிறு சார் தொந்தரவுகள் ஏற்படும். முழு கவனமும் உணவில் இருந்து உண்ணும் போது முழுமையாக சத்துக்கள் உடலுக்கு பரிமாற்றம் பெற்று ஆரோக்கியம் கூடும். நிதானமாக உணவை பார்த்து நுகர்ந்து, உண்ணும் போது மட்டுமே செரிமானம் சரியாக அமையும் மனம் வேறு சிந்தனையில் இருக்க செரிமான சுரப்புகள் சரிவர சுரக்காது.

உடலின் உணர்வுகளும் மனமும் :

நம் உடலின் உணர்வுகள் பற்றி பின்பு விரிவாக பார்ப்போம். ஆனால் நம் உடலில் பசி, வலி இது போன்ற உணர்வுகள் ஏற்படும் போது அதை உடல் உணர்கிறது என்பதே உண்மை அல்லவா. ஆனால் மனம் மூலம் நாம் உணர்வுகளையும் கடக்க முடியும் என்பதே உண்மை. உதாரணமாக ஒருவர் சிறிய நெருப்பு பொறி கையில்படும் போது பெரும் வலி பெறுவார் இதற்கு இயல்பான வலி ஒரு காரணமும், நெருப்பு சுடும் வலி தரும் எனும் அறிவும் மறு காரணமாக அமையும். ஆம் அறிவு மூலம் நெருப்பு காயம்பட்ட வரை அதை சார்ந்து சிந்திக்க வலி அதிகமாகும். ஆனால் கிராமங் களில் தீமிதி திருவிழாக்களை பார்த்திருப்பீர்கள். வாயில், முதுகில் அலகு குத்தும் நிகழ்வை பார்த்திருப்பீர்கள். மிகவும் வேதனை தரும் வலியை ஏற்படுத்துபவை. ஆனால் அந்த பக்தி மனதில் மேலோங்கும் நிலையில் இருக்கும்போது உடலில் இவை தொடர்புபட்டாலும் மனம் உடலை சுட்டாலும், உடலை கலைத்தாலும் பக்தி மேலோங்கிய காரணத்தால் மனம் உடலில் நிலைபெறாத காரணத் தால் வலிகள் பெரிதாக உணரப்படுவது இல்லை.

விரதம் இருப்பவரை பார்த்திருப்பீர்கள். பக்தி நோக்கில் முழு மனதுடன் விரதம் இருப்பவர்களுக்கு உண்மையில் பசி உணர்வே எழாது நாமாக சிந்தனையை உணவின் பக்கம் திருப்பாத வரை. ஆனால் அறைகுறை நம்பிக்கையுடன் விரதம் மேற்கொள்ளும் போது பசி ஒருவரை வாட்டும் என்பதே உண்மை. ஆக மனம் ஒருநிலைப்படும் போது உடலின் உணர்வுகளை கடக்கும்.

அறிவியல்படி எல்லாம் அணுக்களே, எல்லாம் ஆற்றலே என்பர தாகும். மனிதன் தன் சிந்தனை மூலம் எல்லாவற்றையும் அடைய முடியும் என்பதே அறிவியலும் கூறுகிறது. ஆக மனமின்றி அனைத்து எதுவுமற்றதாகிறது என்பதே உண்மை.

உண்மையை உணர வேண்டுமெனில் மனம் என்பதே ஒரு சக்தி மையம் அதை எல்லாவற்றையும் கட்டமைக்கும், எல்லா அழிவு களையும் உருவாக்கும் என்பதே உண்மையாகிறது. நீங்கள் எந்த மேடையில் சாதனையாளர்கள் பேச்சை கேட்டாலும் அனைவரின்

பேச்சின் கருவும் மனதை சுற்றியே அமைகிறது. 'எண்ணம் போல் வாழ்வு' என்பதாகும்.

மனம்

மனதை ஆய்வாளர்கள் மூன்று நிலையாக பிரிக்கின்றன கான்சியஸ் (மேல்மனம்), சப்-கான்சியஸ் (நடுமனம்), சூப்பர் கான்சியஸ் (ஆழ்மனம்).

மேல்மனம் : சாதாரணமாக நடைபெறும் தகவல்களின் தொகுப்பு இது பெரிய மாற்றம் எதையும் தருவதில்லை. (தற்காலிகமாக நினைவில் நிற்கும்)

நடுமனம் : சற்று பலமான பகுதி ஒரே எண்ணம் அதி அதிர்வெண்ணில் மீண்டும் மீண்டும் சிந்திக்க அது மனதின் பதிவாக நீண்டநாள் நிற்கும்.

ஆழ்மனம் : நடுமனதில் இடம் பெறும் பதிவுகள் மீண்டும் மீண்டும் சிந்திக்க அழிக்க முடியா பதிவாக நிலையாக அமையும்.

எண்ணங்களும் - மனமும் :

ஆன்மீகம், ஜோதிடம், அறிவியல் எதுவானாலும் எண்ணம் மன் இவற்றின் தொடர்பு என்பது மிக மிக சக்தி வாய்ந்த ஒன்றே. எண்ணம் தோற்றம் முதல் மறைவு வரை கவனித்தால் நம் மனதின் பதிவுகள், புறசூழல் இவற்றை சார்ந்தே பெரும்பாலும் ஏற்படும். ஆன்மீகப்படி பார்த்தாலும் முன்வினை கர்மபதிவால் எண்ணம் தோன்றும். எண்ண் என்பதன் மூலம் மனம் எப்போதும் செயல் பட்டுக்கொண்டே இருக்கும் ஒரு பொருளாக மாறுகிறது. எண்ணம் முழுக்க நம் மனதை சார்ந்தே அமையும். மனதை வழிநடத்தும் ஆயுதம் எண்ணம் எனவும் கூறலாம். எண்ணம் எங்கு உள்ளதோ அங்குதான் மனம் நிலை பெற்று இருக்கும். "எண்ணம் எவ்வழியோ மனம் அவ்வழியில்" ஆக அதனால்தான் எண்ணம் நிலையற்றது ஆகையால் மனம் நிலையற்றதாகிறது. மனதின் பயணம் முழுக்க முழுக்க எண்ணம் சார்ந்தே அமையும். ஆக அன்பர்களே எண்ணம் என்பது மனதின் பிரதான பகுதியாக அமையும். வாழ்வில் வென்ற வர்களும் எண்ணங்களையே நமக்கு வழிகாட்டியாக அமைத்தனர்.

ஒரு நாளைக்கு 60 முதல் 70 ஆயிரம் எண்ணங்கள் நம் சிந்தையில் மனதில் தோன்றும் ஆகையால் மனதை முழுக்க எப்போதும் எண்ணங்களே வியாபித்து இருக்கும். எண்ணம் என்பது நமக்கு தெரிந்தும் வரலாம் தெரியாமலும் வரலாம் ஆகையால் நமக்கு தோன்றும் எல்லா எண்ணங்களையும் நாம் கவனிக்க முடியாது என்பதே உண்மை.

எண்ணமும் - செயலும்

அன்பர்களே இதுதான் மிக முக்கிய அமைப்பு. ஆன்மீகத்தை பொருத்த வரையிலும் நம் செயல்கள் நடைபெற எண்ணங்களே காரணம். ஆக நேர்மறை சிந்தனை சார்ந்து வெற்றியாளர்கள் அனைவரும் பேசுவது, எழுதுவதை கண்டிருப்பீர்கள். ஆக எண்ணத்தில் ஏதோ ஒன்று உண்டு. அந்த ஒன்றுதான் நமக்கு செயல்களை தருகிறது.

"உன் கர்ம வினைப்படி உன் சிந்தனை
உன் சிந்தனைப்படி உன் வாழ்வு"

- ஆன்மீகம், ஜோதிடம்

"நாம் எப்படி சிந்திக்கிறோமோ அப்படி ஆகிறோம்"

- அறிவியல்

இரண்டும் ஒன்றுதான் ஆனால் வேறு வேறு தளத்தில் இருந்து சொல்வதால் நமக்கு குழப்பம் ஏற்படும்.

நம் வாழ்வில் நடைபெறும் செயல்கள் எப்படி தோற்றம் பெருகிறது என்பது மிக அவசியமானது. அதை உணர்ந்தால் நாம் சாதனையாளராக மாறலாம். எண்ணமே செயலின் மூலாதாரம் நீங்கள் இரகசியம் என்ற காணொலி/ புத்தகம் படித்திருந்தால் உங்களுக்கு தெரியும் உங்களால் எதையும் சாதிக்க முடியும் என்பது. ஆம் நமது இலக்குகளை எப்படி அடைவது என்பதை பல அறிஞர்கள் அதில் தெளிவாக விளக்கி இருப்பார்கள். அதன்படி நாம் நம் இலக்குகளை அடைவது எப்படி என்பதை பார்ப்போம். இதன் மூலம் நாம் செயலை நாமே உருவாக்கும் கலையை கற்போம். இதன் பிரதான நாயகன் மனமே என்பதை நாம் அறிவது அவசியமாகும். மனம் மூலம் எப்படி நாம் நம் இலக்குகளை அடைவது என்பதை பார்க்கலாம்.

இலக்கை அடைவதில் மனம்

நாம் நம் இலக்கை அடைவதில் மனம் முக்கிய காரணி. ஒரு செயல் நடைபெற வேண்டுமாயின் அது நான்கு படிநிலையை கடந்து வர வேண்டும். அவை:

1. எண்ணம்
2. காட்சிப்படுத்துதல்
3. நம்பிக்கையுடன் உணர்தல்
4. செயல் நடைபெறல்

எண்ணம் என்பது ஆரம்ப விதையாகும். எல்லா எண்ணமும் செயல் ஆகிவிடாது என்பதை நாம் உணர வேண்டும். அப்படி எனில் ஒரு நாளில் நமக்கு எழும் 60 ஆயிரம் எண்ணம் எப்படி செயலாகும். முதலில் அந்த 60 ஆயிரம் எண்ணங்கள் எவை என்பதே நம்மால் நினைவு கூற முடியாதாகும். அப்படி இருக்கையில் அவை நடக்க நம் வாழ்நாள் போதுமா என்பதை சிந்திக்க வேண்டும். ஒருவேளை அனைத்தும் நடந்தால் நாம் சிக்கலில் மாட்டிக் கொள்வோம். காரணம் எண்ணம் பெரும்பாலும், மனம் நம்வசம் இல்லாத போது தன்னிச்சையாக எண்ணங்களை உமிழும் அப்போது நமக்கு நன்மை இல்லாத மாதிரி எண்ணங்கள் கூட அமையலாம். அதனால் நமக்கு தீமையும் ஏற்படலாம். ஆக எண்ணம் என்பது எப்போதும் மனம் எனும் பாத்திரத்தை நிரப்பும் ஒரு பொருள் என கொள்வோம். அந்த பொருள்தான் பின் செயலாக நம்மை வழிநடத்தும். ஆக சரியில்லாத பொருள் உள்ளே இருந்தால் நமக்கு செயல் சரியின்றி நாம் தீமையை அனுபவிக்கும் நிலைக்கு தள்ளப்படுவோம்.

ஆக மனதை நிரப்பும் எண்ணத்தை நாம் நம் வசமாக வைத்து விட்டால் நமக்கு தேவையானதை மட்டும் மனதில் வைத்து கொண்டு நமக்கு நன்மை தரும் இலக்குகளை நாம் அடைந்து கொள்ளலாம். ஆக எண்ணம் நம் கட்டுப்பாட்டில் இருக்க வேண்டும்.

எண்ணங்கள் 60 ஆயிரம் எனில் அதனை கட்டுப்படுத்துவது எப்படி என்பதுதான் முக்கியம். 60 ஆயிரம் எண்ணத்தையும் கவனித்தால்

கூலி தொழிலாளி வியர்வை சிந்தி உழைப்பதை விட மிக அதிக களைப்பு நாம் அடைவோம். எண்ணங்கள் குறையும் படி செய்ய வேண்டும் அது எப்படி எனில் மனம் எப்போதும் ஒரே நேரத்தில் இரு நிலைகளில் செயல்பட முடியாது. அது ஒற்றை தன்மை (ஒரே இடத்தில் நிலைபெறும்) நடப்பு நேரத்தில் மனதில் என்ன எண்ணம் ஓடுகிறதோ அதில் நிலைபெறும் எண்ணம் மாறும்போது மனமும் மாறும். ஆகமனதை நகர்த்துவது எண்ணமே.

உண்மையை சொன்னால் எண்ணம் என்பது மனதில் எழும் மனதில் பயனிக்கும் பின் மறையும். ஆனால் அது பெரிய தாக்கம் ஒருபோதும் தராது. எண்ணம் எப்போது வலிமை பெற்று செய்ய லாம் என்றால் எண்ணம் சிந்தனையாக மாறுவது. எப்போதோ அப்போதுதான். ஆம் அன்பர்களே எண்ணம் வலிமையற்றது. அது ஆரம்ப நிலை மட்டுமே அந்த எண்ணம் எப்போது சிந்தனையாக மாறுகிறதோ அப்போது செயலை உருவாக்கும்.

ஆற்றலை மனம் பெறுகிறது என்பதே உண்மையாகும். ஆம் அப்போது எண்ணம், சிந்தனை இரண்டும் வேறு வேறா எனில், ஆம் என்பதே பதிலாகும்.

எண்ணம் - சிந்தனை

ஒரு உதாரணமாக நாம் ஒரு வெளியிடத்தில் இருப்பதாக கொள் வோம். நம் முன்னே இருவர் அமர்ந்துள்ளனர் என்று கருதுவோம். இப்போது அங்கு சில நிகழ்வுகள் நடக்கிறது அதை இருவருமே பார்த்துக் கொண்டுள்ளனர் என கொள்க. இப்போது அவர்களின் மனநிலையை காண்போம்.

நபர் 1 :

இந்த ஓட்டல் நல்லா இருக்கே

வெளியே நிறைய கார் போகுது

ஒரே கூட்டமாக இருக்கு

அப்பா என்ன வெயில் இப்படி கொளுத்துதே...

என 5 நிமிடத்தில் இப்படி அவர் மனதில் எண்ணங்கள் வந்து

கொண்டே இருக்கிறது. இது எண்ணம் பார்க்க பார்க்க சூழ்நிலை காரணமாக தொடர்ந்து வந்து கொண்டே இருக்கும்.

நபர் - 2 :

அடேங்கப்பா இந்த ஓட்டல் இவ்வளவு பெருசா இருக்கே என வந்த எண்ணத்தை இது எப்ப கட்டியிருப்பாங்க? எவ்வளவு செல வாயிருக்கும்? நாமும் இதே மாதிரி கட்டணும்; இந்த ஓட்டல் அப்படியே நம்ம ஓட்டலா இருந்தா எப்படி இருக்கும். ஐ ஜாலி நம்மதான் ஓனரு....

நபர் -1 5 நிமிடத்தில் வெவ்வேறு நான்கு விஷயத்தை மனதில் தோன்றுவதை காண்கிறார், இது எண்ணம். ஆனால் நபர் -2 ஓட்டலை பார்க்கிறார் ஓட்டல் பற்றி ஒரு எண்ணம் வருகிறது. ஆனால் அவர் அடுத்த எண்ணம் வருவதற்கு முன் அந்த ஓட்டல் சார்ந்து நிறைய செயல்களை மீண்டும் மீண்டும் நினைக்கிறார் இது சிந்தனை.

ஒரு எண்ணம் அதன் காரணிகளால் நீண்ட நேரம் விவரிக்கப் பட்டால் அது சிந்தனை ஆகிறது. ஆக இப்போது உங்களுக்கு புரிகிறது என்று நினைக்கிறேன். இந்த சிந்தனை ஒரே பொருளை பற்றி இருக்கும் போது பிற எண்ணங்கள் மனதில் தோன்றுவதும் குறையும். மனதை எண்ணத்திற்கு பதிலாக சிந்தனை நிரப்பி விடும். ஆக பலமும் பெரும். மனம் இதில் லயித்து இருப்பதால் பிற எண்ணங்கள் தோன்றுவது குறையும். ஆக 60 ஆயிரம் எண்ணங் களுக்கு செலவிடும் ஆற்றல், ஒரு சிந்தனைக்கே கிடைக்கும் போது சிந்தனை பல பெற்று மனதின் தற்காலிக பதிவிலிருந்து, பலமான நீண்ட பதிவான நடுமனதில் பதியும். ஆக சிந்தனை எண்ணத்தை காட்டிலும் பலமானதாக மாறும்.

சிந்தனையை மீண்டும் மீண்டும் செய்ய செய்ய நம்மை அறியாம லேயே நாம் என்ன சிந்திக்கிறோமோ அது நம் அக கண்முன்னே (மனதில்) பட காட்சி வடிவில் கனவுகள் போல காணொலி படமாக ஓடத் துவங்கும். அப்போது அந்த சிந்தனை மேலும் மேலும் வலுப் பெறும். அப்படி வலுபெறும் போது நம்மை அறியாமல் நாம் ஒரு வித மகிழ்ச்சி உணர்வை அடைவோம், அடைகிறோம். அது மனதில்

ஒருவித சொல்ல முடியாத உணர்வு அலைகளை ஏற்படுத்தும். மகிழ்ச்சியின் பரவச நிலை எனலாம் அதோடு அந்த பொருள் கிடைத்தது போல் ஒரு மனநிலையை ஏற்படுத்தி கொண்டால் அசைக்க முடியா நம்பிக்கை ஏற்படும்.

இந்த நிலையில் குறிப்பிட்ட அந்த எண்ணம் சிந்தனையாக மாறி சிந்தனை காட்சியாகவும் தோன்றி அதன் விளைவால் பரவச உணர்வு நிலையும் ஏற்படும்போது நடு மனதிலிருந்து அந்த குறிப்பிட்ட எண்ணம் ஆழ்மனதை நோக்கி பலம் பெற்று நகர்ந்து அழியா பதிவாக மாறும். அப்படி மாறும் போது அது ஒரு குறிப்பிட்ட அலைவரிசையில் சிந்தனை கடத்தலை பிரபஞ்சத்திற்கு தரும். அப்படி அந்த உணர்வலை மீண்டும் மீண்டும் பரவச நிலையில் இருந்து பிரபஞ்சத்திற்கு போகும் போது அந்த குறிப்பிட்ட பொருளை பிரபஞ்சம் நமக்கு ஈர்த்து கொண்டு வந்து சேர்க்கும். இதை தான் ஈர்ப்பு விதி என்று அறிவியல் குறிப்பிட்டு கூறுகின்றது. அப்போது அந்த பொருளை நாம் அடைகிறோம்.

இந்த விதி மூலம் நாம் முறையாக பின்பற்றினால் ஈர்ப்பு விதி நமக்கு தேவையானதை நிச்சயம் ஈர்த்து கொண்டு வந்து நம்மிடம் சேர்க்கும்.

மனதின் படம்

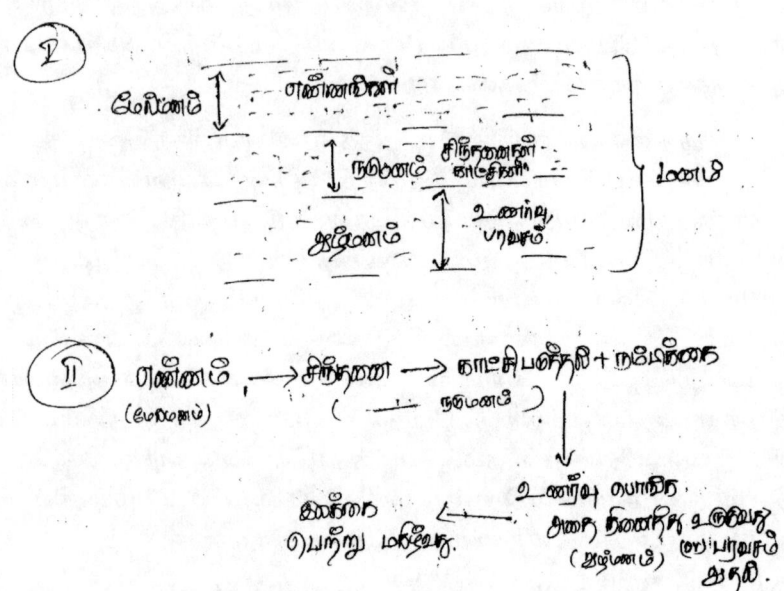

ஆக ஆழ்மனதை நாம் அடைய எண்ணம், சிந்தனை, நம்பிக்கை மட்டும் போதாது உணர்ச்சி அந்த உணர்ச்சிகள் மேலெழும் போதே நாம் ஆழ்மனதை நெருங்க முடியும். இதை நாம் பயன்படுத்தி இலக்குகளை பெறுவது என்பது நிச்சயம் சாத்தியமான ஒன்றுதான். நம் எண்ணத்தை எப்போது உணர்வுபூர்வமான ஆழ்மனதிற்கு நடத்துகிறோமோ அப்போது அது பிரபஞ்சத்திற்கு உணர்த்தப்படும்.

ஆக ஆழ்மனதை அடைதல் என்பதே மிக மிக முக்கியம் அதுவே மனதின் சக்தி வாய்ந்த நிலையாகும். ஆழ்மனதை அடையும் போதெல்லாம் நாம் அசாதாரண நிலையை அடைவோம்.

ஆழ்மனதை 2-நிலையில் மட்டுமே அடைவது சாத்தியம் அவை மனம் அடக்கிய ஆழ்ந்த தியானம், மனதை உச்ச நிலைக்கு பரவசப்படுத்தும் உணர்சசி நிலை. பொதுவாக சில குறிப்பிட்ட உணர்ச்சி நிலைகளின் போது அன்றாட வாழ்வில் நாம் தற்காலிக மாக ஆழ்மனதை அடைகிறோம், நம்மை அறியாமலே.

அவை கோபம், மகிழ்ச்சி, பேரானந்தம், களிப்பு, ஆச்சரியம், பேரதிர்ச்சி, எரிச்சல், காம சுகம், உடலின் தீண்டல் சுகம், மற்றும் நல்ல/கெட்ட வழியில் உணர்ச்சி வசப்படும் எல்லா நேரங்களிலும் நாம் ஆழ்மனதை அடைகிறோம்.

நிலை 1 :

உணர்வின் நிலையில் ஆழ்மனதை அடையும் போது நாம் உணர்வு நிலையில் ஆதிக்கம் செலுத்தும் (எண்ணத்தை) ஆழ்மனம் பதிவாக ஏற்படுத்தி விடுகிறோம். இதை அறிவியல் Mind records (ஆழ்மன பதிவுகள்) எனவும், ஜோதிடமும் ஆன்மீகமும் இதை கர்ம பதிவுகள் என்றும் கூறுகின்றது. இதில் பதிவாகும் பதிவுகள் வாழ்வில் நடக்கும் என்பது அறிவியல் அதையே இப்பதிவால் பிறவி நீண்டு அதிலும் நடக்கும் (மறுபிறவியிலும்) என்பது ஆன்மீகம்.

நிலை 2 :

தியானம், தவம், யோகம் மூலம் ஆழ்மனதை அடையும்போது சிந்தனைகள் அற்று நாம் ஆழ்மனதை அடைவதால் அந்நிலை எந்த பதிவுகளையும் ஏற்படுத்தாது. மாறாக அங்கு இருக்கும் ஆழ்மன பதிவுகளை அசைத்து மேல்நோக்கி நகர்த்தி பதிவுகளை அழிக்கும். அதனால் தான் தவம் புரியும், தீயனம் மேற்கொள்ளும் நபர்கள் ஆழ்ந்த அமைதியும் எந்நிலையிலும் மனம் உணர்ச்சி வயப்படா மலும் இருக்கின்றனர். இவ்வாறு தவம் மூலம் ஆழ்மன பதிவுகள் அனைத்தும் அறுபடும்போது எல்லா எண்ணப் பதிவும் அழிந்து கர்ம பந்தத்தில் இருந்து வெளியேறி பின் பிறவா நிலை பெறுகின்றனர். ஆழ்மனம் என்பதே சகலமும் என்பதை நாம் உணர வேண்டும்.

மேல்மனம் தற்காலிக பதிவுகளையும்,

நடுமனம் சற்று நீண்டகால பதிவுகளையும்,

ஆழ்மனம் ஜென்ம ஜென்மாந்திர பதிவுகளையும் தாங்கி நிற்கும். ஆழ்மனமே அறிவியலின்படியும் ஆல்பா நிலை போன்ற அமைப்பு களில் நாம் விரும்பியதை அடையும் மனமாக அமைகிறது.

மனம் நம் இலக்குகளை அடைவதில் பெரும் பங்கு பெற்றது என்பதில் எந்த மாற்றமும் இல்லை. அதிலும் ஆழ்மனம் மிக மிக சக்தி வாய்ந்த ஒரு தளமாகும்.

மருத்துவத்தில் மனதின் பங்கு

"மனமே மருந்து" என்றனர் நமது முன்னோர்கள். அது சத்தியத்திலும் சத்தியமான வார்த்தை. மனம் என்ற ஒன்று நம் வசமானால் அதன் இயல்பை நாம் புரிந்து கொண்டால் உண்மையில் "மனமே மருந்தல்ல, மனம் மட்டுமே மாமருந்து" என்பதை நாம் உணர முடியும்.

நோய் என்பது அடிப்படையில் நம் உடல், மனதின் இயல்பு நிலை தடுமாற்றம் பெறுவதே அது என்ன விதமான நோயானாலும் தன்மை இதுதான். ஒருவர் நோய்வாய் படும் போது மருந்து என்பது அவரை குணமாக்குவதை விட மருந்தின் மீதான மன நம்பிக்கை மிக அவசியமானது. பல காலம் நாள்பட்ட நோயால் பாதிப்பு பெற்றாலும் மன வலிமையால் இறக்காமல் இருப்பவர்களையும் நாம் பார்க்கிறோம். சிறு நோய்க்கு பயந்து பயந்தே பெருநோயாகி பாதிப்பவர்களையும், இறப்பவர்களையும் நாம் பார்க்கிறோம். நோய்வாய் படும் போதுஒரு மனிதன் நோயின் விளைவை எண்ணி பயம் கொள்ளும்போது நோய் தீர என்ன மருந்து தந்தாலும் ஆழ்மன பதிவு நோயின் வீரியத்தையே அதிகப்படுத்தும். தவறான மருந்தையும் மிக ஆழமான நம்பிக்கையுடன் எடுக்கும்போது சரியாகவே பலன் தரும். ஆம் இந்த மருந்தே நம்மை குணமாக்கும் எனும் எண்ணம் வந்தால் அம்மருந்து அவரின் சகல நோய்க்கும் தீர்வு தரும் என்பதே உண்மையாகும்.

இது அறிவியல் பூர்வமாகவும் நிரூபிக்கப்பட்ட ஒன்று என்பதை நாம் உணர்ந்தால் மனதின் ஆற்றல் புரியும். இதற்கு உண்மை உதாரணம் ஒன்றை பார்ப்போம்.

....டாக்டர். லிசா ராங்கின் எம்.டி எனும் ஒரு பெண் மருத்துவர் மற்றும் ஆய்வாளர் 2000-களில் தனது மருத்துவ அனுபவங்களில் நடந்த "மெடிக்கல் மிராக்கல்ஸ்" பற்றி ஆய்வு செய்கிறார். அப்போது அவரின் ஆய்வு மனதின் ஆற்றலை வெளிச்சம் போட்டு காட்டுகிறது.

ஆய்வு 1 :

காய்ச்சல் வந்த 100 நோயாளிகளுக்கு மருந்து கொடுக்கும் போது அதில் 50 பேருக்கும் மாத்திரையும், 50 பேருக்கு மாத்திரை மாதிரியான மாவு துண்டையும் கொடுக்கிறார். பின்பு 100 பேரையும் சோதனை செய்ய அனைவருக்கும் காய்ச்சல் குணமாகியதை கண்டறிகிறார். ஆச்சரியம் அவரை உறங்க விடவில்லை அவர் "மனம் மருந்தை விட மேலானது" என குறிப்பிடுகிறார்.

ஆய்வு 2 :

இன்சுலின் பயன்படுத்தும் சர்க்கரை நோயாளிகளை கண்டு அவர்களில் 50 பேருக்கு உண்மையில் இன்சுலினும், 50 பேருக்கு இன்சுலின் இல்லாத வெறும் நீரையும் மருந்தாக தருகிறார். (டெஸ்டில் வாட்டர்) பின் அவர்களின் உடலை ஆய்வு செய்ய ஒரே வேதி மாற்றம் நடக்கிறது. நோய் வீரியம் 100 பேருக்குமே குறைகிறது. அப்போது "மனம் ஹார்மோனை விட பலமானது" என்கிறார்.

இதே போல் டயலசிஸ் (சிறுநீரக பாதிப்பிற்கு) செய்பவர்களுக்கு பழுதடைந்து இயங்காத இயந்திரத்தில் டயாலசிஸ் செய்து அதன் ஆய்வு செய்தால் அவர்களுக்கு டயாலசிஸ் செய்த பின் என்ன மாற்றம் உடலில் ஏற்படுமோ அதே மாற்றம் ஏற்படுவதை கண்டார். அவரின் ஆய்வின் முடிவுகள் எல்லாம் அவருக்கு பெரும் மன ஆச்சரியங்களை வழங்கியது.

ஆய்வு 3 :

மூட்டு மாற்று அறுவை சிகிச்சை செய்வதில் 100-ல் 50 பேருக்கு சிகிச்சை தராமல் வெறுமனே முட்டியில் கீரலிட்டு, தையல் போட்டு அவர்களுக்கு அறுவை சிகிச்சை நடந்ததாக தெரிவிக்க அவர்களின் மூட்டு பிரச்சனையும் தீர்வாகிறது. அவர் "மனம் மருத்துவத்தை விட மேலான சக்தி" என குறிப்பிடுகிறார்.

இதே போல் பல மருத்துவ ஆய்வாளர்கள் மனதின் ஆற்றலும், மருந்தை போல் மனம் செயல்படுகிறது என்பதையும் குறிப்பிட்டுள்ளனர். மிகவும் பிரபலமான மனசார் புத்தகமான டாக்டர். ஜோசப் மெர்பி அவர்கள் எழுதிய "ஆழ்மனதின் அற்புத சக்தி" என்பதில்

மருத்துவத்தில் மனம் பெரும் பங்காற்றுகிறது என்பதை கூறு கின்றார்.

உண்மையில் பல இறப்புகள் உடல்நல குறைவை விட அதுசார் மனபயத்தாலேயே நிகழ்கிறது. இப்போது உங்களுக்கு புரியும் நோய் எதுவானாலும் மனநம்பிக்கை அதை குணமாக்கும்.

ஆகச் சிறந்த அன்பு வாசகர்களே இந்த புத்தகம் உண்மையில் உங்களுக்கு என்ன புதிய செய்தியை தந்தது என்றால் ஒன்றுமே இல்லை. இப்புத்தகத்தில் உள்ள எல்லா கருத்துக்களும் வெவ்வேறு இடங்களில் சிதறியுள்ளது. அவற்றை மிக குறுகலாக ஒருங்கிணைத்து எளிய மக்களுக்கும் புரியும்படி எழுதியுள்ளேன். உண்மையை நூறு உதாராணம் எழுதி புத்தகத்தை பெரிதாகவும் அமைக்கலாம். ஆனால் நான் ஓரிரு உதாரணங்களை மட்டும் தந்துள்ளேன் காரணம் என் புத்தகம் உங்களை மாற்றக்கூடாது. ஆனால் மாற்றம் சார்ந்த தூண்டுதலை தருமானால் நான் மேலோட்டமாக தூவிய விதை உங்கள் சுய சிந்தனையில் மரமாக மாறும் அப்போது மனம் ஒரு உறுதி நிலை பெறும். ஆகையாலே இப்புத்தகத்தை மிக மிக சுருக்க மான முறையில் முடித்துள்ளேன்.

அன்பர்களே சற்றே சிந்தியுங்கள் பிரபஞ்சம் உங்கள் சிந்தனையில் உண்மைகளை கொண்டு வந்து கொட்டும்.

- ஜாதகப்படி கிரகங்கள் ஒரு மனிதனை ஆளும் அது அவரவர் கர்ம பலனால் ஏற்படும் ஆனால் மனதை திசை மாற்றி ஜாதக பலனை நம்மால் கடந்து நிற்க முடியும்.
- அனைத்தும் கர்ம பலனே. கர்மா நம் எண்ணம், செயலால் ஏற்படாது “செயலோடு நாம் கொள்ளும் உணர்வு பொங்கிய மன பந்தத்தால் ஏற்படுகிறது.” ஆக மனதை தர்மம் சூழ நாம் கர்மாவை தவிர்க்கலாம்.
- ஆன்மீகத்தின் அனைத்து ஆகமங்கள், புராணங்கள், உபநிடதங்கள், வழிபாடுகள், வழக்கங்கள், சடங்கு சம்பிரதாயங்கள் அனைத்தும் மகத்துவமானது. அதன் மூலம் மனித மனதை ஒருநிலைப் படுத்தி பாவம் சூழாமல் மனித வாழ்வை நெறிப்படுத்தி

முக்தியின் இலக்கை நோக்கி நகரவே உருவாக்கப்பட்டுள்ளது. எல்லா விதிகளும் அன்பு, கருணை, தர்மம் இவற்றை நம் வாழ்வில் நிலைபெற செய்வதற்கான ஒரு புற முயற்சிகள் மட்டுமே.

அன்பும், கருணையும், தர்மமும் நம் மனதில் நிலைப்பெற்றால் இவற்றின் அவசியம் தேவையில்லை என்பதை உணருங்கள். இவற்றை மனதில் நிலை நிறுத்தாமல் நாம் என்ன செய்தும் அது எந்த பலனையும் தராது.

"அன்பு - கருணை - தர்மம் இதுவே இறைவனை அடையும் ஆன்மீக மார்க்கம். இவற்றை வாழ்வில் எல்லா நிலையிலும் கொண்டால் நீங்கள் ஆன்மீகத்தின் எல்லா விதிகளுக்கும் அப்பாற்பட்டு விதி விலக்காக மாறி விடுவீர்கள் மீண்டும், மீண்டும் அழுத்தமாக கூறுகின்றேன்."

"விதிகளுக்குள் இறைவன் இல்லை" தயவுகூர்ந்து உணருங்கள்.

அறிவியல் ஆய்வுகள்படியும் உணர்வு மேலோங்கிய நிலையில் நாம் சிந்திக்கும் சிந்தனைகள் ஆழ்மனதில் பதிந்து நடைமுறையிலும் நடக்கும். ஆக மனம் எல்லாம் மனமே என்பதை உணரவும்.

விதையை போட்டு விட்டேன் இனி வளர்ப்பது உங்களிடமே.

"மனமது செம்மையானால்
மந்திரம் ஜபிக்க வேண்டாம்"

"அன்பும் சிவமும் இரண்டென்பர் அறிவிலார்"

"மனமே மகேசன்"

- மகான்கள்

"மனம் கொண்டு இவ்வாழ்வில் வெற்றிக்கொள்
மனதை இழந்தால் இவ்வாழ்வையே வெற்றிக்கொள்"

- யோகி ஜெயபிரகாஷ்

மனம் சார்ந்த எண்ணங்களை எனக்குள் தூண்டி சிந்திக்க வைத்த சிலரின் பேச்சுகளுக்கு என் மனமார்ந்த நன்றிகள்.

1. கவிஞர். மரையேந்தி ஐயா
2. ஹீலர் பாஸ்கர் ஐயா
3. டாக்டர். உமர் பாருக் ஐயா
4. ஐயா சுகிசிவம்

நன்றிகள்!

"மனம் எனும் நான்
யார் என்பதை உணர்ந்தால்,
நீங்கள் உங்களை உணரலாம்.
உங்களை உணர்ந்தால்
உலகின் தன்மையை உணரலாம்"

- நானே அனைத்துமான "மனம்"

●